चिअर्स | वपु काळे

मेहता पब्लिशिंग हाऊस

CHEERS by V. P. KALE

चिअर्स : वपु काळे / व्यक्तिचित्र

© स्वाती चांदोरकर व सुहास काळे

मराठी पुस्तक प्रकाशनाचे हक्क मेहता पब्लिशिंग हाऊस, पुणे.

प्रकाशक : सुनील अनिल मेहता, मेहता पब्लिशिंग हाऊस,
१९४१, सदाशिव पेठ, माडीवाले कॉलनी, पुणे – ४११०३०.

अक्षरजुळणी : पितृछाया मुद्रणालय, ९०९, रविवार पेठ, पुणे – ४११००२.

प्रकाशनकाल : ७ जून, १९८४ / १ जानेवारी, १९८६ /
११ ऑगस्ट, १९८९ / सप्टेंबर, १९९६ / जानेवारी, २००१ /
जानेवारी, २००३ / नोव्हेंबर, २००८ / एप्रिल, २०११
जानेवारी, २०१३ / ऑक्टोबर, २०१४ /
पुनर्मुद्रण : जुलै, २०१७

मुखपृष्ठ व मांडणी : रविमुकुल

P Book ISBN 9788177663631
E Book ISBN 9789386454683
E Books available on : play.google.com/store/books
www.amazon.in

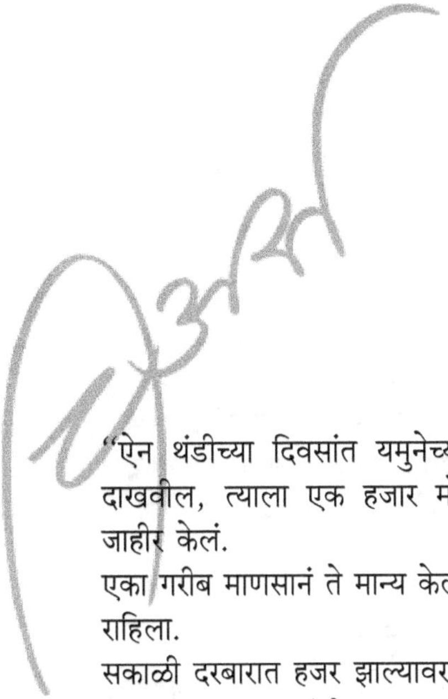

"ऐन थंडीच्या दिवसांत यमुनेच्या पाण्यात जो रात्रभर उभं राहून दाखवील, त्याला एक हजार मोहरा मिळतील-'' असं बादशहानं जाहीर केलं.

एका गरीब माणसानं ते मान्य केलं, आणि त्याप्रमाणे तो रात्रभर उभा राहिला.

सकाळी दरबारात हजर झाल्यावर बादशहानं त्याला विचारलं,

"एवढ्या कडक थंडीच्या तू कशाच्या आधारावर पाण्यता उभा राहिलास ?''

त्यानं उत्तर दिलं,

"जहाँपन्हाँ, आपल्या प्रासादातील खिडकीमधून जेवढा प्रकाश बाहेर पडत होता, तेवढी ऊब मला पुरेशी वाटली.''

बादशहानं पैसे देण्याकरता इन्कार केला.

यानंतरची हकीकत 'बिरबलाची खिचडी' या आख्यायिकेमार्फत सर्वांना परिचित आहे.

'बिरबलाची खिचडी' या मार्गानं कधीच शिजणार नाही. कारण विस्तवाची जी धग असते, तिलाही मर्यादा आहेत. खरं तर, जळणाऱ्या निखाऱ्याचं तापमान एखाद्या शेकोटीप्रमाणे निश्चित असतं. बसणाऱ्यानं शेकोटीपासून किती अंतरावर बसायचं, यावर सगळ्या गोष्टी अवलंबून असतात. 'ऊब हवी का चटके हवेत' हे ज्याचं त्यानं ठरवायचं असतं.

मैत्रीच्या प्रांतात हे नियम लागू नाहीत. पत्राच्या माध्यमातून किंवा दूरध्वनीवरून माणूस चटकेही देऊ शकतो आणि ऊबसुद्धा. शेकोटीपासून लांब बसण्याचा सवालच इथं येत नाही, कारण पत्र हातात धरावं लागतं आणि फोन तर कानाला चिकटवावा लागतो. तरीसुद्धा 'रावेर'सारख्या गावाहून म्हणजे थेट खानदेशातून, राजीवसारखा डॉक्टर

प्रेमाचा वर्षाव करतो आणि बिरबलाची खिचडी मुंबईत शिजते. याच डॉ. राजीव आठवले यांनी मला रावेरहून फोन करून सांगितलं, ''वपु, तुम्हाला खूप एकटेपणा वाटतो ना ? त्यामुळंच तुम्ही पुष्कळदा जेवतसुद्धा नाही. म्हणूनच मी रोज तुम्हाला पत्र पाठवीन. तुम्ही जेवायला बसलात, म्हणजे माझं पत्र वाचायला घेत जा, तुम्हाला एकटं वाटणार नाही.''

राजीवची रोज पत्रं येऊ लागली.

परवाच आलेल्या पत्रात त्यानं लिहिलं होतं.

''वपु, आत्ताच एक व्हिजिट संपवून आलो. व्हिजिट बाहेरगावची होती. माझ्याबरोबर माझे तीन-चार मित्रही होते. परतीच्या वाटेवर एक अपघात पाहिला. मेटॅडोरमधली सगळी माणसं जागच्या जागी ठार झाली होती. एकाचाही चेहरा ओळखायला येत नव्हता. तो अपघात पाहून आम्ही मुकाट्यानं गाडीत येऊन बसलो. पुढचा प्रवास सुरू झाला. मध्येच माझ्या एका मित्रानं विचारलं, 'राजीव, तुझ्या बाबतीत जर असं घडलं, आणि तुझ्याबरोबर अपघातात आणखीन काही प्रेतं असतील, तर ही राजीवची बॉडी हे आम्ही कसं ओळखायचं ?' मी लगेच त्याला म्हणालो, 'ज्या प्रेताच्या हातात वपुंचं पुस्तक असेल, ती बॉडी माझी.'

प्रिय राजीव, प्रेम झेलण्यासाठी सुद्धा ताकद असावी लागते.

वरील मजकुराचं पत्र वाचल्यावर नंतरचा घास तरी घ्यावासा वाटेल का ?

अतिदु:खानं किंवा अतिउत्साहानं मनं जेव्हा तुडुंब वाहू लागतं, तेव्हा तहान, भूक, निद्रा या शारीरिक गरजांची स्मृती राहात नाही. राजीवचं असं एखादं पत्र आलं, म्हणजे मीच मला म्हणतो,

'चिअर्स !'

चिअर्सची ही आवृत्ती रावेरहून ऊब देणाऱ्या डॉ. राजीव आठवले यांना स्नेहपूर्वक.

वपु

अण्णा

वय वर्षं ऐंशीचे अण्णा निरोप द्यायला
दारापर्यंत येतात. खूण करून थांबवून धरतात.
खिशातून छोटी कुपी काढतात. थबकत-
थबकत सांगतात,
“खास जमिनीच्या वासाचं अत्तर आहे. इतरत्र
मिळायचं नाही. एवढं लावून जा.”
बोलता-बोलता ते अत्तराचा हात माझ्या
अंगावरून फिरवतात. आणि डोळे मिचकावून
सांगतात,
“विमानानं जाताय, शेजारी एखादी बऱ्यापैकी बाई

आली तर तिला प्रवास संपेतो बरं वाटेल.''
''अण्णा, आमचं नशिब इतकं जोरदार नाही. नेमका एखादा सरदारजी शेजारी आला तर ?''
अण्णा पटकन म्हणाले,
''मग कसली तरी घाण येतेय् असं म्हणत तो उठून जाईल.''
मी खाली वाकून नमस्कार करतो.
''पत्रिका पाठवून द्या, वाट बघतो.'' अण्णा आठवण करतात.
मी 'हो' म्हणतो. तसं म्हणताना डोळे भरून येतात.
काळ फक्त चोवीस तासांनी पुढं गेलेला असतो. पण त्या चोवीस तासांत तो माझं आयुष्य पाच वर्षांनी वाढवून गेलेला असतो.
थोड्याफार फरकानं, मी काल याच वेळेला इंदूरला आलो. इथल्या विमानतळावर जे स्वागत होतं त्याला उभ्या, आडव्या, तिरक्या महाराष्ट्रात तोड नाही. निरनिराळ्या संस्थांतर्फे पंधारा-वीस हार गळ्यात पडतात. फोटो निघतात आणि पाठोपाठ उल्हास पुराणिक, आमची दोघांची पोटं नाहीशी होतील अशी मिठी मारतो. पूर्वी आम्ही 'उराउरी' भेटू शकत होतो. हल्ली उ (द) रा उ (द) री भेटतो.
उल्हासच्या पाठोपाठ त्याच्या दोन मुलांचा क्रम असतो. ती पुढं होतात. एखाद्या गुच्छानं स्वागत करतात. पण त्यांच्या चिमण्या चेहऱ्यांवरचा संकोच लपत नाही. मागे उल्हास पुराणिकची 'गँग' उभी असते. ही सर्व थोर मंडळी ऑफिसला 'Unavoidable Circumstances' किंवा 'Due to Severe Headache' च्या नावाखाली दांडी मारून आलेली असतात.
माझं पुन्हा विमानात पाऊल पडेतो मित्रांची ही थारोळी आता उल्हासच्या घरात पडून राहणार.
पुराणिकांच्या घराच्या दिशेनं गाड्या सुटतात.
उल्हास सांगायला लागतो—
''वपु, तुमचं इंदूरला येणं हे इथं 'ड्रिंक्सप्रमाणं' चढत जातं.''
''कसं ?''
''तुम्ही आमंत्रणाचा स्वीकार केलात की इथं आम्हांला पहिला पेग घेतल्यासारखा वाटतो. मग कार्यक्रमाचा दिवस नक्की करणं, हॉल, इतर जमवाजमव, याचं एक वातावरण तयार होतं. मग फक्त तुमच्या आठवणी, मागच्या कार्यक्रमातील कथांची उजळणी, ही अवस्था दुसऱ्या पेगसारखी असते. मग आम्ही एअरपोर्टवर येतो. तुमचं विमान लॅण्ड झालं की इतकी एक्साइटमेंट येते, की तिसरा पेग कधी हातात आला कळत नाही. तुम्हाला विमानतळ आला असं वाटत असेल. पण आम्ही सर्व तुम्हाला पाच हजार फूट उंचावर येऊनच भेटलेलो असतो. त्यानंतर

तुम्ही प्रत्यक्ष भेटून तुमची कंपनी...म्हणजे किंवा तुमचा कार्यक्रम...म्हणजे हे एकदा सुरू झालं की, पेग्ज मोजायचे नाहीत. आणि इथून गेलात की मागं वर्षभर उरतो तो 'हँगओव्हर' !''

मग मी बाहेरचं परिचयाचं दृश्य नव्यानं पाहतोय् असा बहाणा करून डोळे कोरडे करतो. उल्हास 'पेग्ज' आणि 'हँगोव्हर'च्या भाषेत मन रितं करतो. पण या माणसानं परिचय झाल्यापासून मला जो अॅनास्थाशिया देऊन ठेवलाय्, त्याबद्दल काय सांगायचं?

महापालिकेच्या राजावाडी हॉस्पिटलमध्ये उल्हास पुराणिक अॅनास्थेटिस्ट म्हणून नोकरीला होता. एके दिवशी अचानक पराशर ऋषीप्रमाणे 'साद देती हिमशिखरे' करीत तो इंदूरला गेला. फरक इतकाच की, पराशराप्रमाणे संन्यास न घेता पुन्हा संसारात पडला. आणि तेव्हापासून अस्मादिकांची दर वर्षी इंदूरच्या वास्तव्यात खरोखरच ही पालखी जमिनीला टेकत नाही. ड्रिंक्स असतातच, पण नशा असते ती सहवासाची आणि किक् चढते ती गप्पांची ! इंदूरला पालखी निघू लागली. इंदूरच्या मुक्कामात एकमेकांना आहेर होतो तो फक्त आनंदाचा. आपलं केवळ पोटच आपल्या हातात राहात नाही असं नाही, तर आपले हातही आपल्या हातात राहात नाहीत. एकमेकांना टाळ्या देण्यासाठी ते सतत एकमेकांच्या हातांत असतात. कौतुकाची वा पसंतीचा टाळी देणारे हात जितके सुंदर दिसतात तितके ते कधीही इतर वेळी सुंदर दिसत नाहीत.

आपल्याला हात आहेत याचा जितका आनंद जेवतानाही होत नाही, त्यापेक्षा जास्त आनंद एकमेकांना टाळ्या देताना, रसिकतेनं, कृतज्ञतेपोटी हातात हात घेताना होतो. खरोखर माणसांना हात सुटे करून, शरीरावेगळे करण्याची एखादी सिद्धी सापडली असती तर इंदौरकरांनी, निमंत्रणाची पत्रं पाठवण्याऐवजी, गिरफदार करून नेण्यासाठी कुणाचे तरी हातच पाठवले असते.

असे असंख्य हात हॉलवर थांबलेले असतात. शब्द फेकायची खोटी, धरणाचे दरवाजे उघडताक्षणी पाण्याचे लोट झेपावावेत, तशा टाळ्या झेपावतात. वळवाच्या सरीसारख्या कोसळतात. तुम्हाला आतून भिजवतात. एका साध्या सुराचं स्वरमंडळात रूपांतर करणारे जादूगार समोर बसलेले असतात. एकातलं अनेकत्व आणि अनेकांतलं एकत्व याचा साक्षात्कार घडवणाऱ्या या गावात तुम्ही 'व्यक्ती' म्हणून जाता आणि 'शक्ती' बनून परत येता.

हजारो माणसांसमोरचा, हॉलमधला कार्यक्रम संपतो. आता घर गाठायचं. झोपण्यासाठी ?

No.

तिथं आणखी एक मैफल वाट बघत असते. खर्डेकर, दिवाण, सोहोनी, अशोक

बढे ही सर्व मंडळी अद्यापि 'unavoidable circumstances' मध्येच असतात. ऑफिसला पाठवलेल्या या अर्जाची एक कॉपी आपापल्या घरच्या ऑफिसर्सकडे पण त्यांनी पाठवलेली असल्यानं 'तुका म्हणे आता, राहिलो मैफिलीपुरता' अशी सगळ्यांची अवस्था असते. त्यातले काही काही तुकाराम आवडीसहित आलेले असतात. ते पाहून मला त्या तुकारामाची कीव येते. आणि वाटतं, भक्तिमार्गाकडे वळण्याऐवजी आणि म्हणूनच नुसत्या 'पंढरी'ची वाट धरण्याऐवजी तुकोब्बारायांनी 'साहित्यपंढरी'ची वाट धरली असती तर त्याच्या आवडीनं पण त्याला साथ दिली असती. भक्तिमार्गातलं देणं हे असामान्यच. 'नक्षत्रांचं देणं' पण त्याच तोडीचं. दोन्हीकडे 'भागवत' संप्रदाय आहेच. आणि 'प्रभू'चंच स्मरण आहे. पण 'नक्षत्रांचं देणं' द्यायचं ठरवलं की, रंगमंचावर तुकारामाच्या आवडीची इथं 'आरती' होऊन पाठीशी उभी राहते आणि बरोबरीनं काव्यानंदाचा आनंद लुटवते.

हे इंदूरकरांनी ओळखलं आहे.

माझ्या दृष्टिकोनातून मात्र, माझी ही दुसरी मैफल असते ती, ५६४ विष्णुपुरीतल्या वेगळ्याच विठ्ठलासाठी. त्या विठ्ठलाप्रमाणेच या विठ्ठलाची रुक्मिणी पण अनेक वर्षांपूर्वी त्याला सोडून गेली आहे.

मातीच्या सुगंधाचं अत्तर लावणारे हेच ते अण्णा ! ही मैफल त्यांच्यासाठी. 'चिअर्स' म्हणत पेले जेव्हा उंचावतात तेव्हा त्यात अण्णांचेही हात असतात. ऐंशीव्या वर्षातही हे हात कमरेवर स्थिर व्हायला राजी नाहीत.

टाळीसाठी ते मोकळे आहेत.

आम्ही फक्त 'पार्टी'चा प्रारंभ 'चिअर्स'नं करतो. पण मला खात्री आहे की, अण्णासाहेबांनी पहिला टाहो फोडला असेल, तोच मुळी 'कोऽहं'चा नसून 'चिअर्स'चा असेल, त्याशिवाय बॅ. जिनांसारख्या आणि मोरारजी देसाईंसारख्या मातब्बरांशी बरोबरीच्या नात्यानं बोलता येत नाही. अण्णासाहेब पुराणिक हे त्या काळातले राजज्योतिषी. निरनिराळ्या संस्थानिकांच्या मर्जीत आयुष्याचा पुष्कळसा काळ गेलेला. प्रवासही उदंड केलेला. अमाप पैसा जोडला, अमाप घालवलाही. पैशापेक्षाही आयुष्यभर जास्त जोडलं ते स्नेहधन ! मित्रांचं वैभव ! हे कायम टिकणारं. निरनिराळ्या संस्थानिकांचे 'त्रितालापासून, आड्या-चौतालापर्यंत' सगळे 'ताल' या माणसानं जोखले, पारखले, पण एकाही संस्थानिकाच्या 'ताला'वर कधी नाचले नाहीत.

पत्रिका, ज्योतिष, ग्रह, तारे, कुंडल्या, यांत नुसतं आयुष्य घालवलं नाही. त्याचा व्यासंग केला. तेवीस हजार पत्रिकांचा संग्रह केला. तरीही, जरा एखादं वेगळं व्यक्तिमत्त्व पाहण्यात आलं की, त्याबद्दल कुतुहल वाटत राह्यलं.

त्याच कुतुहलापोटी बॅरिस्टर जिनांची भेट हवी होती. भल्या-भल्यांनी सांगितलं,

'माणूस तिरसट आहे, तिरकस आहे. तो तुम्हांला अ‍ॅपॉइण्टमेंण्ट देणार नाही. दिलीच तर सरळ बोलेल याची शाश्वती नाही. आयुष्यात बॅ. जिना भेटले नाहीत तर काय बिघडतं ? तुम्हांला त्याचं एवढं आकर्षण का ?'

अण्णा म्हणाले,

''एका राष्ट्राची दोन शकलं करण्यात जो अंशत: जबाबदार आहे, एका स्वतंत्र राष्ट्राची उभारणी करण्यात ज्याचा बराच मोठा वाटा आहे, तो सामान्य माणूस नव्हे. त्याला भेटलंच पाह्यजे, चांगलं वागवणार नाही म्हणजे काय करील ते पाहू.''

मोठ्या मिनतवारीनं बॅरिस्टर जिनांनी फक्त पाच मिनिटांसाठी भेटायचं मान्य केलं.

अण्णा भेटायला गेले. बॅ. जिनांनी त्यांच्या पद्धतीप्रमाणे स्वागत केलं. पाच मिनिटांपैकी चार मिनिटे बॅ. जिनांनी ज्योतिषशास्त्र कसं थोतांड आहे, तुमच्यासारख्यांनी या विषयात आपलं आयुष्य वाया का घालवावं, या विषयांवर बोलण्यात घालवली. आणि मग त्यांनी अण्णांना, 'काही विचारायचं असेल तर विचारा' असं सांगितलं.

अण्णा म्हणाले,

''तुम्हाला दिलेल्या आयुष्यापैकी, पाच मिनिटं तुम्ही माझ्यासाठी खर्च केलीत. पण त्यातील चार मिनिटं टीका करण्यात आणि मला नावं ठेवण्यात घालवलीत. आता फक्त शेवटचे काही सेकंद आपल्या भेटीतले उरलेत. तेव्हा मला एवढंच सांगा, किंवा स्वत:शी विचार करा, की ही पाच मिनिटं, चांगलं बोलण्यात किंवा आणखीन वेगळ्या आणि चांगल्याही तऱ्हेनं तुम्हाला घालवता आली नसती का ?''

''अण्णा, तुम्ही इतक्या रोखठोकपणे विचारलंत ?''

''हो !''

''जिना तडकले असतील !''

''तडकले ना ! मुळात तो तापट, तिरसट माणूस ! पण वपु, नंतरची गंमत ऐका. तिथं बॅ. जिनांच्या स्वभावातली एक वेगळी छटा दिसते.''

''सांगा.''

''दुसऱ्या दिवशी बॅ. जिनांकडून आपण होऊन पुन्हा आमंत्रण आलं. त्या दिवशी जबरदस्त स्वागत. मनमोकळी चर्चा. पंधरावीस मिनिटं गप्पा, चहापान...सगळंच चक्रावून टाकणारं. काल तर याच माणसानं 'या बसा' म्हणायचादेखील शिष्टाचार सांभाळला नव्हता.

''शेवटी निरोप घेता-घेता मी विचारलं, जिनासाहेब, काल आपण माझ्याशी नीट वागला-बोलला नाहीत. जे काय बोललात ते तोडून टाकणारं बोललात. मग हे

आज आमंत्रण का...कसं ? वपु, बॅरिस्टर जिना मोकळेपणी म्हणाले, पुराणिक, काल शेवटच्या काही सेकंदांत तुम्ही जो प्रश्न विचारलात, त्याच्यावरून मी ओळखलं की, तुमच्यातही काही टक्के बॅ. जिना आहे. म्हणून, तुमच्यातल्या 'जिना'ला पुन्हा सविस्तर भेटावं असं वाटलं.

"जो जाणकार आहे, त्याला 'परखड' आणि 'फटकळ' यांतला फरक समजतो. म्हणूनच बॅ. जिनाही दुसरी मुलाखत घडवतात आणि मोरारजी देसाईसारखे नेतेही, मंत्रीपदावर असताना, 'अॅपॉइंटमेण्टशिवाय कोणत्याही दिवशी सकाळी चहाच्या वेळेला गाठत जा' असा कायमचा पास देऊन ठेवतात."

"तुम्ही पुन: गेला होता का ?"

"नाही गेलो. मला काय त्यांच्याकडे मागायचं होतं ? त्यांची पत्रिका बघितली."

"त्याला किती दिवस झाले ?"

"बरीच वर्षं ! ते महाराष्ट्राचे मुख्यमंत्री होते. त्यांनी मला निवासस्थानी भेटायला बोलावलं होतं. मी त्याप्रमाणे मिनिट टु मिनिट गेलो. पण अचानक काही काम निघालं. भेट झाली नाही. पुन्हा गेलो, तेव्हा ते म्हणाले, 'पुराणिक, तुम्ही आता दुपारी नव्या सचिवालयात या. तिथं मला दुपारची, अर्ध्या तासाची मोकळीक मिळते. मी गाडी पाठवतो.'

"मी त्यांना सांगितलं, 'देसाईसाहेब, तुम्हाला वेळ मिळेपर्यंत मी येत राहीन. पण सचिवालयात येणार नाही."

"का ?"

"लाखो रुपये खर्च करून बांधलेल्या इमारतीत देशाच्या भवितव्याचा विचार करायचा. स्वत:चा नव्हे."

हे अण्णा त्या दिवशी मैफलीच्या बादशहांचे बादशहा असतात. वेळ, काळ, रात्र, दिवस, वय, वर्षं, कशाचाही हिशोब नसतो. आलटून-पालटून साकीची भूमिका कोणीही करतो, कारण इस्माइलची पुण्याई पाठीशी असते.

उल्हास पुराणिकची ही आवडी.

इतरांच्या संसाराचे गाडे असतात. क्वचित् काहींचे रथ असतात. पण इंदौरकरांची चक्क विमानं असतात. आणि त्यांच्या-त्यांच्या 'आवडी' या ग्राउंड इंजिनीयरपासून, कॅप्टनपर्यंत कुणीही असतात. उल्हासच्या या आवडीचं खरं नाव स्मिता आणि इतकी हसतमुख, की अण्णांनी स्मिताचं 'इस्माईल' केलं.

मैफल संपेतो इस्माईल राब-राब राबत असते. जमिनीच्या अत्तराला मागं सारणारा घमघमाट स्वयंपाकघरातून बैठकीत येत असतो.

दाराच्या चौकटीत उभं राहून, 'तुमचं हे सगळं कधी आटपणार आहे ?' अशा स्वरूपाचा एक प्रश्न आणि ओला गंजिफ्रॉक घालायची पाळी आल्यावर जो

एक चेहरा होतो तसा चेहरा...त्या चेहऱ्याची तोंडओळखही नसलेली अण्णांची सून. अशा सुनेलाच ‘इस्माईल’ ही ‘डी-लिट्’सारखी पदवी मिळते.
पहाटे-पहाटे, गरम भात, अप्रतिम पिठलं, एखादी कोशिंबीर किंवा वांग्याचं भरीत अशा जबरदस्त मेनूनं त्या मैफलीचं भरतवाक्य (की भरीतवाक्य ?) होतं.
निरोप देताना अत्तर लावून अण्णा सांगतात,
“पत्रिका पाठवून द्या. म्हणजे मी जी करून ठेवली आहे ती ताडून बघेन.”
“तुम्ही केलीत? कधी ?”
“तुम्ही आत्ता तासभर झोपला होतात, तेव्हा. तुमचा कर्केचा गुरु आहे.”
“बरोबर. आहे असं म्हणतात. पण अण्णा, तुम्हाला इतर काही माहिती नसताना, कुंडली कशी मांडलीत ?”
“अण्णा सांगतात, ‘गप्पांच्या ओघात जन्मतारीख, वेळ विचारून घेतली होती.”
मी पुन्हा नमस्कार करतो.
“सांभाळून राहा आणि कंटाळा आला की चार दिवस इंदूरला या.”
माझा नूर एकाएकी, माझ्याही नकळत बदलतो. मला त्या क्षणी भयाण वाटतं. जबरदस्त पोकळी निर्माण झाल्यासारखं वाटतं. एखादा अटॅक यावा तसा मला रितेपणाचा अटॅक येतो.
“अण्णा, तसा खूप गोष्टींचा कंटाळा आलाय. नोकरी, दौरे, लेखन, कथन सगळी पळापळ फुकट आहे. सगळं चांगलं असून, वैय्यर्थाची भावना छळत राहते. केव्हातरी हे सगळं थांबायला हवं. एकदम वेगळा, चिरंतन प्रवासाचा ट्रॅक हवाय.
“कर्केचा गुरु, तूळ रास. वैराग्याचा सूर कायमच राहणार.”
“मग काय करू ?”
अण्णा सांगतात,
“काहीही करायचं नाही. काहीही सोडायचं नाही. जुनं सगळं करता करताच नवं सापडेल.”
“खरंच अण्णा ?”
“अर्थात् ! वयाच्या तिसऱ्या-चौथ्या वर्षी आपण एकदाच ‘श्री’ गिरवतो. ती ‘श्री’ ‘इतिश्री’ होईतो राहतेच की नाही ?”
मी बाहेर पडतो. मागं वळून बघत अण्णांचा निरोप घेतो. एका अनामिक, भयानक पोकळीपायी तेव्हा पोटात खड्डा पडलेला असतो.
विमानानं आकाशात झेप घेतल्यावर मी उल्हासच्या वाक्यांचा मनातल्या मनात जागर करीत त्याला सांगतो—
“उल्हास, तुमचं आमंत्रण हा पहिला पेग ! इंदूरच्या विमानानं टेक ऑफ घेतला

की दुसरा पेग सुरू होतो. आपण उराउरी भेटलो की नंतरचे पेग्ज मी पण मोजत नाही. मुंबईला मी पाच हजार फुटांवरच उतरतो. हा हँगओव्हरही आणि तुमच्या आठवणीपायी ओव्हर हँगही ! पुढच्या वर्षी तुमचं पुन्हा आमंत्रण येईल...

तेव्हा मात्र...

जमिनीवर उतरावंच लागतं.

इंदूरची फ्लाईट पकडण्यासाठी.

आता ही पालखी दर वर्षी.

इतिश्री होईतो !

मोहन वाघ

आपल्या मिशांवरून पंजा फिरवीत तो
म्हणाला—
''मी जंगल-वाघ.''
स्वतःचा कॅमेरा सांभाळीत समोरचा गृहस्थ
म्हणाला,
''मी मोहन वाघ.''
डोळे विस्फारीत जंगल-वाघ म्हणाला,
''अस्सं ! तुम्ही मोहन वाघ तर. बरं झालं
उतावीळपणानं तुमच्यावर उडी मारली नाही
म्हणून. तुमच्या हातांत बंदूक नव्हती,

कॅमेरा होता, तेव्हाच ओळखलं—तुम्ही 'फिल्लम' लाईनचे म्हणून. तुमचं नाव ऐकलंय् खूपदा.'

—मोहन वाघ खुलले. आपली कीर्ती जंगलात देखील पोहोचलेली पाहून.

"चला, आपण ऑफिसात जाऊया." वाघ एवढं बोलून चालू लागला. पाठोपाठ मोहन वाघदेखील जाऊ लागले.

"तुमचं ऑफिस कुठं आहे ?"

"पलीकडच्या जाळीत. पाहालच तुम्ही आता. 'ए वन्' साईट आहे. मागच्याच महिन्यात पागडी देऊन घेतली."

"पागडी ?"—मोहन वाघांनी चमकून विचारलं.

"हो ना. तीन बैल, चार कोंबड्या आणि पाच मारलेली वासरं - एवढ्यावर मिळाली. जरा महागच लागली. पण काय करणार ? भाडोत्री प्रेसवर काम किती दिवस करायचं ?"

—वाघाच्या या बोलण्यावर मोहन वाघांना ठेचच लागली.

—"सांभाळून, सांभाळून चला, रस्ते फार खराब झाले आहेत इथले. कुणीही लक्ष देत नाही. पुढच्या अंकात मी यावर संपादकीयच टाकतोय्."

"तुमचं मासिक आहे ?"

"होय. मी 'पंजा' नावाचं मासिक चालवतोय. त्याशिवाय पुढच्या महिन्यापासून फक्त मादी जनावरांसाठी - माद्यांना वाहिलेलं 'वाघीण' नावाचं मासिक चालू करणार आहे. एवढ्यासाठी तर तुमची फार आठवण होत होती."

—एवढं बोलणं होईतो वाघ आणि मोहन वाघ कचेरीपाशी येऊन पोहोचले.

आपापल्या जागांवर स्थानापन्न होताच वाघांनी विचारलं,

"तुम्ही शाकाहारी की मांसाहारी ?"

"का ?" मोहन वाघांनी विचारलं.

"दोन प्लेट हरीण मागवतो, मांसाहारी असाल तर."

—मोहन वाघ नको म्हणाले— मानेनंच.

पलीकडच्या सेल्फातून फाईल काढत वाघ म्हणाले,

"हे आमचे अंक."

—मोहन वाघांनी 'पंजा' मासिकाच्या फाईली पाहायला सुरुवात केली. घसा खाकरीत वाघ म्हणाले,

"काय, कसं काय आमच्या मासिकाचं स्टॅण्डर्ड ?—"

"छानच आहे. कसा काय सेल ?"—मोहन वाघनी विचारलं.

चेहरा वाकडा करीत वाघ म्हणाला, "तेवढंच विचारू नका."

"का बरं ? एवढ्या भारदस्त मासिकाला 'सेल' नाही ? कारण तरी काय ?"

"याला कारण ही अश्लील मासिकं ! शृंगारप्रधान मासिकं !"

"काय म्हणता ?- अश्लीलप्रधान मासिकांचं लोण जंगलातदेखील पोचलं वाटतं ?" मोहन वाघांनी विचारलं.

"तर काय !"

"कसं पण ?"

"त्याला कारण एक गाढव ! गावात उकिरडा फुंकायला गेलं होतं. त्या उकिरड्यात त्याला सापडलं एक अश्लील मासिकाचं मुखपृष्ठ. उकिरड्याबरोबर तेही चघळून खायचं सोडून ते पान घेऊन तो गाढव जंगलात आला. मी जर त्याला पहिल्यांदा पाहिलं असतं तर त्या मुखपृष्ठासकट त्याचा फडशा उडवला असता. पण त्याला गाठलं काही कोल्ह्यांनी. त्यांनी लगेच त्या मुखपृष्ठावरून कल्पना घेऊन 'मादी' नावाचं शृंगारप्रधान मासिक चालू केलं."

"असं झालं होय ?"

"तर काय. 'मादीवर' पंजा उगारावा तरी पंचाईत. सर्वांत वाईट गोष्ट म्हणजे त्या मासिकाला थोरामोठ्यांचा पाठिंबा मिळाला हो."

"म्हणजे कुणाचा ?" वाघांनी इंटरेस्ट घेऊन विचारलं.

"काय सांगू तुम्हाला !- आमच्या जातभाईंनी आमचा घात केला. पहिल्याच अंकावर, अंगावर संपूर्ण कपडे घातलेल्या एका वाघिणीचा तळ्यावरचा फोटो छापून आला."

"काय सांगता काय ?"

"खरं तेच सांगतो. वास्तविक आमचं वाघांचं घराणं अगदी पुरातन. चांगदेवाचा भार वाहिलेलं आमचं घराणं. ज्ञानेश्वराच्या रेड्याला जेवढं महत्त्व, तेवढंच महत्त्व चांगदेवाच्या वाघाला. मी त्या वेळेला अग्रलेख लिहिला होता. त्याचं नाव होतं—
'जनावरांनो, अखेरीस तुम्ही माणसांच्या पंगतीला जाऊन बसणार ना ?"

"मग त्याच्यावर काही रिॲक्शन ?"

"छे छे, आमच्यासारख्या मूठभर लोकांना काय ते भीक घालतात ? हरीण, ससे, कोल्हे, हत्ती यांच्यासारख्यांना वाघसिंहांची बदनामी झाली तर हवीच आहे. त्याच्याच पुढच्या अंकात तर त्याच वाघिणीचे कैक फोटो प्रसिद्ध झाले. बरं, अंगावरचा कपडा तरी पारदर्शक, पातळ नॉयलानसारखा असावा ! सगळं अंग दिसेल असा कपडा वापरला तर मी एवढा विरोध केला नसता. पण तेही नाही. जिथं या जनावरांनी लाजाच विकल्या, तेव्हा जाड्याभरड्या कपड्याविरुद्ध ओरडून काय निभाव लागणार आमचा ?"—वाघ अगदी संत्रस्त झाले होते. वारंवार शेपटी आपटीत होते. पुढचे सुळे दाखवीत होते.

मोहन वाघ हळूच म्हणाले,

"मी आपली काय सेवा करू शकतो ?"

"तुम्ही आम्हांला चित्रं द्या. नागड्या-उघड्या जनावरांची. मी जेव्हा ऐकलं की, तुम्ही झिरझिरित कपड्यांतल्या बायकांचे फोटो काढता, तेव्हापासून तुम्हाला भेटायचं होतं. आम्हांला असल्या चित्रांची फार उणीव आहे. फॅशनच्या नावाखाली कपडे वापरायला सुरुवात झाल्यापासून जनावरं नुसती चेकाळ्यासारखी झाली आहेत. आमच्या कुटुंबानंदेखील परवा हातभर कापडाचा तुकडा आणला होता. मी दम दिला. म्हटलं, 'हा चहाटळपणा माझ्या घरात...
'पंजा' मासिकाच्या संपादकाच्या घरात बिलकुल खपणार नाही.'..."

काही वेळ शांततेत गेला.

"तुमच्याकडे सध्या काही चित्रं आहेत का ?"

"आहेत ना."—

मोहन वाघांनी आपली पिशवी उघडली आणि आतून एकएक छायाचित्र काढायला सुरुवात केली.

ती चित्रं पाहून वाघ भलतेच खूष झाले. मोहन वाघ त्यांना त्या चित्रांतली खुमारी सांगू लागले. ती चित्रं काढण्यामागचा कल्पनात्मक हेतू समजावून देऊ लागले. त्यावर वाघ म्हणाले,

"हे पाहा, आपल्याला तुमची लाईटशेडची तत्त्वं समजत नाहीत. कला, कलात्मक दृष्टिकोन, हेही आपल्याला समजत नाही. आम्हांला फक्त अश्लील कोणतं आणि सोवळं कोणतं एवढंच समजतं."

असं म्हणता म्हणताच वाघांनी त्या फोटोंच्या ढिगाऱ्यातले दोन फोटो लांब भिरकावले. मोहन वाघ ओरडले,

"का हो ?"

"किती कपडे अंगावर ? आपल्याला नाही पसंत. तुम्ही आम्हांला, आम्हांला हवी तशी चित्रं काढून द्या."

"ते नाही जमायचं"...मोहन वाघ एकदम बोलून गेले.

"का बरं ? तुम्हाला लागेल तेवढं मानधन द्यायला आम्ही तयार आहोत. आपण सबंध वर्षाचं कॉन्ट्रॅक्ट करूया. तुम्ही आम्हांला संपूर्ण विवस्त्र अवस्थेतली चित्रं वर्षभर पुरवायचीत्."

"मला तसं जमणार नाही." मोहन वाघ निर्धारपूर्वक म्हणाले.

"तुम्ही हा बिझिनेस करता ना ?"

"हो. बिझिनेस करतो. पण मला माझी कला अशी राबवायची नाही. मी जे फोटो काढतो ते तसल्या प्रकारच्या मासिकांना खाद्य पुरवायचं म्हणून काढीत नाही. मला जर त्यात कलात्मकता दिसली तरच मी तसे फोटो काढतो. ज्याला त्या

फोटोंना अश्लील म्हणायचं असेल त्यानं खुशाल म्हणावं तसं ! मी मात्र फोटोग्राफीकडे कला म्हणूनच पाहतो. आणि माझ्या कलात्मक दृष्टीला जे आवडेल, टिपण्यासारखं दिसेल ते मी टिपतो. त्यातूनच मी व्यवहार साधतो; नाही असं नाही. पण केवळ व्यवहारासाठी कला राबवायची वेळ आली, तेव्हा तेव्हा मी स्पष्ट नकार दिलेला आहे.''

''मोहन वाघ, तुमचा किंवा तुमच्या कलेचा अपमान करण्याची माझी इच्छा नाही. मी अडचणीत आहे. मला आम्हां जनावरांच्या संस्कृतीची काळजी वाटते. आमच्या पुढच्या पिढीवरच्या संकटाची भीती वाटते. एवढी एवढीशी आमची पिल्लं...जंगलात कुठंही हिंडत असतात. त्यांच्या नजेरला ही कपडे घातलेली जनावरं दिसायला लागली तर काय हाहा:कार होईल या विचारानं मला झोप येत नाही. आणि तेवढ्यासाठीच मी तुमच्याकडे धाव घेतली.'' वाघ अजीजीनं म्हणाला.

—मोहन वाघ म्हणाले,

''तुमची स्थिती मी समजू शकतो. पण मी तुम्हाला मदत मात्र करू शकत नाही. खरं म्हणजे या लाईनचा, लाईनचा म्हणण्यापेक्षा माणसांचा मला कंटाळा आला. म्हणून मी जंगलात आलो. म्हटलं, माणसापेक्षा जनावरं प्रामाणिक असतात. आपलं फोटोग्राफीचं वेड जंगलांतच चांगलं सांभाळलं जाईल. शहरात मला काही कमी आमिषं दाखवण्यात आली ? या... या हातांनी मी मोठ्या मोठ्या रकमांचे चेक परत केलेले आहेत. मला माझी कला अशी राबवून तिला अगदीच बाजारात मांडायची नाही.''

क्षणभर वाघाला राग आला ! त्यानं एक मोठी डरकाळी फोडली. जबडा वासला. शेपटीनं जमिनीला एक तडाखा दिला. पण लवकरच तो शांत झाला. त्यांन आत्मसंयमन केलं; आणि शांत स्वरात तो म्हणाला,

''मोहन वाघ, तुम्ही माणूस आहात. पण तरीही तुम्ही एवढी निष्ठा दाखवलीत. याचं श्रेय मात्र आमच्या जमातीलाच दिलं पाहिजे. कारण तुमच्या आडनावात 'वाघ' आहे. आणि म्हणूनच मला जसा आम्हां जनावरांच्या संस्कृतीचा अभिमान आहे तसा तुम्हांला तुमच्या कलेचा, निष्ठेचा. हा एकच जनावरांचा गुण तुमच्यात आहे. म्हणूनच मी तुमच्यावर खुश आहे. माझं तुमच्यावर कोणतंच बंधन नाही. कला, आणि जातिवंत कलावंत हे कोणत्याही बंधनात राहूच शकणार नाहीत. माझं फक्त एकच काम करा. पुढल्या महिन्यात मी फक्त 'माद्यांसाठी'-माद्यांना वाहिलेलं मासिक 'वाघीण' प्रसिद्ध करतोय. कमीत कमी तेवढ्या अंकाला तरी एखादं मुखपृष्ठ द्या.''

—जनावरांतली ही 'माणुसकी' पाहून मोहन वाघांना गहिवरून आलं व वाघाची मागणी पुरी करण्यासाठी त्यांनी हातातली छायाचित्रांची एक पिशवीच वाघासमोर

उपडी केली.

—आणि तिथंच त्या कलासक्त, सौंदर्यासक्त, स्वाभिमानी कलाकाराची चूक झाली. त्यात एका सात्त्विक, सभ्य मासिकासाठी - एका नामांकित नटीचा डोक्यावरून पदर घेतलेला - हातात तबक असलेला एक फोटो होता. तो वाघाच्या नजरेस पडला. त्याच्या दृष्टीनं तो फोटो अश्लीलतेचा कळस होता. मोहन वाघांवर गर्जत तो वाघ म्हणाला,

"तुम्ही सभ्य आहात असं समजत होतो. पण तुमच्याजवळ एवढा घाणेरडा फोटो ?"

—एवढं बोलून जंगल-वाघानं मोहन वाघांवर उडी घेतली.

—मोहन वाघ यांच्या फोनची घंटा घणघणत होती. झोपेतच मोहन वाघांनी रिसीव्हर उचलला. 'महिला' मासिकाचे संपादक बोलत होते—

"कोण, मोहन वाघ ना ? हॅलो, दिवाळीचा तो फोटो तयार आहे ना ?"

✿✿

भाऊसाहेब

विद्याधर गोखल्यांनी एक सोपं काम सांगितलं
आहे. एरवी या गृहस्थांनी गला खूपदा
संकटात टाकलेलं आहे. गप्पांच्या ओघात मागं
एकदा मी त्यांना एका नाटकाचं कथानक
सांगितलं. त्यानंतर मी ते विसरून गेलो.
नंतर एके दिवशी एक अनोळखी गृहस्थ शोध
घेत घेत आले. त्यांनी गोखल्यांची चिठ्ठी पुढं
केली. गोखलेसाहेबांनी लिहिलं होतं—
"तुमच्याकडं असलेलं नाटक या गृहस्थांना
द्या. बाकीच्या गोष्टी आपण भेटल्यावर बोलू-"

हे एक.
याच पद्धतीनं ललितकलादर्श संस्थेचा इतिहास लिहिण्याचं काम त्यांनी १९६७ साली माझ्यावर सोपवलं. या वेळचं काम सोपं आहे. कारकुनी कष्टापलीकडे या कामात दुसरे कष्ट नाहीत.
वा. वा. ऊर्फ भाऊसाहेब पाटणकर यांच्यावर लेख लिहिणं हे ते काम. वास्तविक हे काम कोणीही करू शकला असता. पण पूर्वापारच्या लोभामुळं गोखल्यांनी हे काम 'या येरा गबाळ्याला' सांगितलं आहे.
यात गोखल्यांचं सगळं कौशल्य दिसतं. काव्यातलं काहीही न कळणारा कोण आहे, याचा शोध घेताना त्यांना प्रथम मी दिसलो, आणि मीही ते काम आनंदानं स्वीकारलं.
स्वत:ला 'येरा गबाळा' म्हणवून घेणं हे फाजील विनयाच्या पोटी नव्हे. काव्याच्या प्रांतात अस्मादिकांना यापलीकडची पदवी मिळणं कठीण आहे. मी अरसिक मुळीच नाही, पण काव्य कळत नाही त्याला काय करणार ?- हे मान्य करतानाही मला संकोच वाटत नाही. कविसंमेलनात जेव्हा इतर मंडळी 'जांभळी आरस्पानी संध्याकाळ - वगैरे वगैरेला दाणकन दाद देतात, तेव्हा मला शर्टात झुरळ फिरल्यासारखं वाटतं. खळखळून दाद देण्याची इच्छा आणि वृत्ती असूनही संकटात लोटणाऱ्या या अशा कविसंमेलनापासून मी शेकडो मैल दूर असतो. असे असंख्य वाचक, श्रोते या अशा आनंदाला मुकलेले आहेत याची मला कल्पना आहे.
या सर्वांना भाऊसाहेबांसारखा कुबेर भेटतो. तो आपलं भांडार लुटवतो. कमळाचे द्रोण त्यांना मान्य नाहीत. एवढा वेळ घालवायला त्यांना सवड नाही. ते वळवाच्या सरीसारखे कोसळतात. झोडपतात. अंतर्बाह्य चिंब करतात. ढगासारखे गडगडतात आणि 'दाद' देण्यासाठी कोंडून ठेवलेली अनेक वर्षांची वाफ, आपल्याला फोडून बाहेर पडते.
'तुमच्या अंत:करणातला 'वाह्'- अंत:करणापासून ओठापर्यंत आणण्याची जबाबदारी माझी. पण विनंती इतकीच की तसा 'वाह्' जर ओठापर्यंत आलाच तर पुढे संयम पाळू नका.'
या वाक्यावरच पहिला 'वाह्' जातो आणि मग समजतं की, मैफल सुरू झालेली आहे.
या मैफलीचा सूर प्रथमपासूनच निराळा आहे. ताल वेगळा आहे. इथं साथीदार डाव्या-उजव्या हाताला नाहीत तर समोर आहेत. या मैफलीत पहिली पारख कलाकाराची न होता श्रोत्यांची केली जाते. इथं कलाकार परीक्षेला उतरण्याची बात नाही. इथं

कसोटीला उतरायचं असतं ते तुम्हां-आम्हांला.

ही परीक्षा आणि कसोटी पाहतात ते भाऊसाहेब. पेनिसिलीनसारखं रामबाण औषध सापडूनही, त्याची काही जणांना ॲलर्जी असते याचाही शोध लागल्यापासून डॉक्टरमंडळी पेनिसिलीनचा संपूर्ण डोस देत नाहीत. प्रथम थोडं इंजेक्शन देऊन विपरीत काही घडत नाही ना हे ते अगोदर पाहतात.

भाऊसाहेब हेच करतात. जीवनातल्या प्रत्येक अवस्थेवर आणि शृंगारापासून वैराग्यापर्यंत, बहिरी ससाण्याच्या वेगानं झेपावणारी त्यांची शायरी ही रामबाण पेनिसिलीनसारखीच आहे. पण न जाणत्याचीही कुणाला 'ॲलर्जी' निघायची. या भीतीपायी, श्रोत्यांची नाडी ओळखण्यासाठी, ते एक छोटं इंजेक्शन देतात.

'शायरी ऐकून माझी
        सांगेल जो आता पुरे
तो रतीला चुंबिताही
        सांगेल की, आता पुरे.'

शिरेतलं इंजेक्शन (इंट्राव्हिनस) घेतल्यावर जशी एक गरम लाट मेंदूपर्यंत येऊन फुटते...तसं काहीसं होतं आणि 'पाहूया, पाटणकर काय सांगतोय' असा चेहरा करून आलेली माणसं सैल पडतात.

भाऊसाहेब मिस्किलपणे म्हणतात,

"आता तुमची नाडी मला समजली."

आपली ओळख यांना पटली याचा श्रोत्यांनाही आनंद होतो. पण तरीही स्क्रू पुन्हा घट्ट करायचा म्हणून भाऊसाहेब सांगतात.

"दोस्तहो, लक्षात घ्या. प्रतिसादशून्य वातावरणात मी तुमच्यासमोर एक ओळही म्हणू शकणार नाही. ही मैफल यशस्वी करण्याची जबाबदारी माझी आहे आणि ती मी पार पाडीनच. पण तीन-चार तास माझा उत्साह कायम ठेवण्याची, मला उल्हसित ठेवण्याची जबाबदारी तुमची आहे. म्हणून सांगतो, की जो रतीचं चुंबन घेतानाही 'आता पुरे' असं म्हणेल त्याच्या बाबतीत मी परमेश्वराला सांगेन,

तोंडही भगवन् अरे
        त्याचे मला दावू नको.
ना जरी मंजूर हेही
        माझे तया दावू नको.

पुन्हा एक दाद येते.

भाऊसाहेबांना हुरूप वाटतो. ते मैफिलीकडे नजर फिरवतात आणि तरी एखादा ''काढेचिराइत'' दिसतोच.

भाऊसाहेब सांगतात—

''दोस्तहो, इष्कावरची शायरी संपेपर्यंत मी तुम्हांला विनंती करीन की, इथं माझ्या वयाची जी माणसं आहेत, त्यांनी आपल्या वयाची तीस-पस्तीस वर्षं विसरावीत.''

पुन्हा हशा आणि एक हळू आवाजातला कॉमेंट - 'कोणती वर्षं ?- पहिली पस्तीस की दुसरी ?'

भाऊसाहेब मस्तीत हसतात. दुसऱ्याच्या विनोदालाही हसू शकणारा हा शायर पाहून मैफिल, दाद कशी द्यायची हे शिकते.

अवघ्या दहा मिनिटांत स्वरूप बदलतं. जित कोण; जेते कोण...कळत नाही. श्रोत्यांना शायरी चढते. भाऊसाहेबांना 'दाद' चढते.

रंगपंचमीच्या सोहळ्यात सगळे रंगून जातात. कुसुंबी रंगापासून भगव्या रंगापर्यंत हजेरी लागते. म्हाताऱ्यांना त्या क्षणी मरण भेडसावत नाही आणि तरुणांना वार्धक्य. मृत्यूही जिथं लोभसवणा ठरतो तिथं जीवनाची नशा काय वर्णावी ?

मैफल सुरू होऊन किती वेळ झाली याचं आता कुणालाही भान नसतं. संपणार कधी याची चिंता नसते. मैफल संपणार कधी याचं उत्तर भाऊसाहेबांनी प्रथमच दिलेलं असतं.

कोणता तरी औरंगजेब तसं विचारतो. भाऊसाहेब सांगतात...

''तुमचा 'वाह्' थांबला म्हणजे आमची मैफल थांबलीच म्हणून समजा.''

भाऊसाहेबांच्या या आदि-अंत नसलेल्या मैफलीची प्रथम माहिती समजली ती २३ मे १९६९ रोजी. भाऊसाहेबांचे चिरंजीव अरुण यांचा परिचय या दिवशी झाला. अरुणनी मला भाऊसाहेबांची शायरी ऐकवली आणि मी धुंद झालो.

अरुण पाटणकरांचा परिचय होण्यापूर्वी मी या मराठी शायरीकाराबद्दल खूप काही ऐकलं होतं ते गोखल्यांकडूनच. अर्थात त्या वेळी शायरीबरोबर, भाऊसाहेबांना शिकारीचा छंद आहे हेही ऐकलं होतं. ''शेरो-शायरी''-मधला शेरो-चा अर्थ भाऊसाहेबांच्या बाबतीत 'हा' आहे हे तेव्हा कळलं. तेव्हापासून त्यांना पाहायची इच्छा होती, पण त्यांचा मुक्काम यवतमाळला आणि वयही साठी उलटलेलं. भेटीचा योग यावा कसा ?

त्यांच्याऐवजी प्रथम भेटले ते अरुण पाटणकर. मी म्हणालो, 'हेही नसे थोडके.' गप्पा रंगल्या.

मध्येच मी विचारलं,

''भाऊसाहेब थकलेत का हो ?'' अरुणनी सांगितलं,

"स्वत:च्या वार्धक्याबद्दल स्वत: भाऊसाहेब काय म्हणतात सांगू ?"
"अवश्य."
भाऊसाहेब म्हणतात,
"आमचं म्हातारपण आम्ही तर्कानं जाणतो. जाणिवेनं नाही. समोर नातवंडं खेळू लागली की झक मारीत म्हणावं लागतं की, आपलं आता वय झालं.

पौत्रादिका पाहून वाटे
झालो जरासा वृद्ध मी
जळल्यावरी सरणात कळले
नक्की आता मेलो आम्ही.
आमुचे वार्धक्य जैसे
आम्ही कधी ना पाहिले
मिटलेच होते नेत्र, नाही-
मृत्यूसही मी पाहिले.

"अरे वाह् अरुणभय्या, कमाल केलीत."
"अहो, हे काव्य माझं नाही, भाऊसाहेबांचं आहे."
"मग ही दाद त्यांना पोहोचवा."
त्यानंतर अरुणचा कार्यक्रम आम्ही आमच्या छोट्या जागेत केला. भाऊसाहेबांच्या रचना ऐकवता ऐकवता मधेच ते म्हणायचे,
"तुम्ही हे सगळं प्रत्यक्ष भाऊसाहेबांकडून ऐका."
अरुणच्या त्या मैफलीत त्यांच्या बंधूंचा-विजय पाटणकरांचा परिचय झाला.
'मराठी शायरी' आणि 'मराठी मुशायरा'- अशाच काहीतरी नावाची, भाऊसाहेबांची दोन पुस्तकं त्यांच्याकडून मिळवली आणि बाजारात दोन्ही पुस्तकं उपलब्ध नसल्यामुळं-ती मी हातानं लिहून काढली.
अस्मादिकांच्या या रसिकतेची वार्ता यवतमाळला पोहोचली आणि भाऊसाहेबांच्या मैफलीचे आम्ही आजीव सभासद झालो हे आम्हाला समजलं. रसिकतेनं 'दाद' देणं—एवढीच मामुली वर्गणी होती आजीव सभासदत्वाची. त्या दिवसापासूनच खरी मैफल सुरू झाली. कलेच्या बाबतीत, कलाकृती आणि तिचा रसास्वाद घेणारा यांच्या पत्रिका जुळण्यावर सबकुछ अवलंबून असतं. वाचकाची, रसिकाची कोणत्या लेखकाशी, कवीशी, नट, गायक - कोणत्याही कलाकाराशी गट्टी जमेल, कोण कुणाच्या प्रेमात पडेल हे सांगणं कठीण आहे. हे 'पडणं' ज्याचं त्याचं स्वतंत्र असतं आणि पडण्याच्या जागाही. माझं आणि भाऊसाहेबांचं जुळलं

ते त्यांचं काव्य मला समजलं आणि समजल्यावर, त्यानं मला झपाटून टाकलं म्हणून. स्वत:च्या रचनेला ते काव्य म्हणत नाहीत. स्वत:ला कवी मानीत नाहीत. फार मोठा आदेश देण्याच्या भूमिकेतून ते तुमच्यासमोर उभे राहात नाहीत.

'सांगेल काही भव्य ऐसी
 शायरी माझी नव्हे
तो कवीचा मान; तितुकी
 पायरी माझी नव्हे.'

ही त्यांची भूमिका. नाक वर करून चष्म्याच्या कोपऱ्यातून त्यांना बघताच येत नाही. ते सरळ सरळ बघतात. 'सभ्य स्त्री-पुरुषहो'- अशी हाक घालून ते तुम्हांला संकटात टाकीत नाहीत. जाहीर अपमान करीत नाहीत. 'दोस्तहो, गडे हो'- या लडिवाळ शब्दांनी ते तुम्हांला 'अत्रि' गोत्रात जखडून टाकतात. बालगंधर्वांच्या 'असं काय देवा ?'- याच जातकुळीतलं, भाऊसाहेबांचं हे 'दोस्तहो, गडेहो'- मान ताठ ठेवून, ते सांगून टाळ्या मिळवतात. त्यांचं टाळ्यांवर प्रेम आहे. पण त्याहीपेक्षा 'टाळीवर' जास्त प्रेम आहे. टाळ्या या शेवटी परक्याच असतात. त्या रसिकांच्या हाताबरोबर आपापल्या घरी जातात. पण टाळी म्हणजे 'अद्वैत.' तो स्पर्श मागं रेंगाळत राहतो. भाऊसाहेबांना टाळी - तीही वारंवार देण्याचा योग माझ्या आयुष्यात आला तो १२ मे १९७३ या दिवशी.

ठाण्यातील सराफ मराठ्यांचा दरबार. बैठक बोलावली होती मराठ्यांनी. अस्सल आणि नक्कल पारखण्यात ज्यांनी हयात घालवली, असे ते रत्नपारखी मराठे. एक एक श्रोता म्हणजे भेसळ नसलेली सोन्याची चीप होती. अडीचशे-तीनशे 'घडवलेले नग-' मैफिलीच्या बादशहाची वाट पाहात बसले होते. मराठ्यांनी माणसं पारखून बोलावली होती. कुणीही त्यात 'गारदी' नव्हता. उत्स्फूर्त दाद देणारे ते सगळे 'दादा' लोक होते. तरीही रिवाजाप्रमाणं भाऊसाहेबांनी छोटं पेनिसिलीन दिलंच. शायरीची ती छोटी लाट श्रोत्यांनी वरच्यावर झेलली आणि टाळ्यांची लाट भाऊसाहेबांनी.

माझी अवस्था तर कधीच, 'अंगावरचे नकोत, पेटीतले घ्या', अशी झाली होती. त्यांच्या बैठकीला चिकटून मी, डॉ. दुवेदी, निशिगंध जोशी, लाटकर, कुमठेकर, पी. सावळाराम, अशोक चिटणीस... असे बसलो होतो. भाऊसाहेबांचे शब्द वरच्यावर झेलायला, तानाजी मालुसरे, बाजी पासलकर, येसाजी कंक इत्यादींप्रमाणं चार-पाच टेपरेकॉर्डर्स सज्ज झाले.

टाळ्या पडत होत्या. माणसं हसून थकली होती. इष्क, यौवन, दर्द, जीवन, वार्धक्य, मृत्यू, विनोद...कोणताही विषय वर्ज्य नव्हता. उपेक्षणीय नव्हता. शृंगारापासून मृत्यूपर्यंत सगळा पट समोर उलगडला गेला. पण तो अशा कुशलतेनं की, मृत्यूतल्या गांभीर्याची झालर त्यांनी शृंगाराला कधी जोडली हे समजलं नाही. या मैफलीत शृंगाराचा दर्जा वाढला आणि मृत्यूची चेष्टा झाली. मराठी रंगभूमीवरचे प्रतापराव, शुक्राचार्य, चारुदत्त, धैर्यधर, भूपाल आणि भीष्म सगळे एकाच वेळी, एका मंचावर साकार झाले. इष्क अथवा मौत - दोन्ही बाबतीत लाचार न होणारे हे खरे नायक. या सर्वांना भाऊसाहेब केव्हा भेटले, कसे भेटले हेच मला कळत नव्हतं.

भ्रमरापरी सौंदर्यवेडे
      आहो जरी ऐसे अम्ही
इष्कातही नाही कुठे
      भिक्षुकी केली अम्ही.

इष्कात ही ऐट, हा रुबाब, खानदानीपणा आणि तितकाच डौल वार्धक्यातही. टिपं गाळणं हे भाऊसाहेब यांच्या शृंगाराला किंवा इष्काला मान्य नाही आणि वार्धक्यालाही.

समजू नका की आसवे
      नयनातुनी या वाहतो
अस्तास माझ्या यौवनाच्या
      अर्घ्य आम्ही वाहतो
जाणतो हा सूर्य आता
      बहरायची नाही पुन:
आता तमाशी गाठ आहे
      येथून अमुची व्हायची
आता परीक्षा पौरुषाची
      येथेच आहे व्हायची
होती अम्हा जाणीव
      याला सज्जही आहो अम्ही
राहण्या गाफील कोणी
      नेहरू नाही अम्ही.

मध्यंतरापर्यंतचा वेळ कापरासारखा उडाला. एव्हाना इष्कापासून प्रारंभ करून भाऊसाहेब परमेश्वरापर्यंत आलेले होते पण तिथंही तोच डौल. लडिवाळ हट्ट नव्हे, तर लडिवाळ दमदाटी. परमेश्वरालाही आत्मचिंतन करायला लावणाऱ्या पंक्ती—

नुसतेच ना दुनियेत तुमच्या
     आलो अम्ही, गेलो अम्ही
भगवन् तुझ्या दुनियेस काही
     देउनी गेलो अम्ही
शायरी अर्पून गेलो
     माझे जणू सर्वस्व ती
दुनिया तुला विसरेल भगवन्
     ना अम्हा विसरेल ती.

''काळे, तुमचा आणि भाऊसाहेबांचा परिचय कसा झाला ?''- मध्यंतरात मित्र प्रश्न विचारतात.
''भाऊसाहेबांचा मोठेपणा म्हणून.''
''म्हणजे, नक्की काय घडलं ?''
''त्यांची शायरीची पुस्तकं मी हातानं लिहून काढली हे त्यांना समजलंच होतं. त्यानंतर मध्ये कितीतरी दिवस गेले. एकदा शीव येथे एका छोट्याशा सोसायटीत माझा कथाकथनाचा कार्यक्रम होता. कार्यक्रमापूर्वी एक गृहस्थ शोध घेत आले. 'भाऊसाहेब पाटणकर शेजारच्या इमारतीत आले आहेत आणि तुम्हाला ते भेटू इच्छितात.' या निरोपासरशी मी त्यांना भेटायला निघालोच. पण दरवाज्यापर्यंत पोहोचण्यापूर्वीच भाऊसाहेब समोर उभे.
मी वाकून नमस्कार करीत त्यांना म्हणालो,
''मी निघालोच होतो. तुम्ही कशाला हा त्रास घेतलात ?''
क्षणाचाही विलंब न लावता ते म्हणाले,
''कलावंतापेक्षा रसिक मोठा असतो. माझी पुस्तकं तुम्ही लिहून काढलीत. तेव्हा मीच तुमच्या दर्शनाला येणं योग्य आहे. तकलीफ मुळीच नाही, आनंद आहे.''
—प्रश्न विचारणाऱ्या मित्रमंडळींचे डोळे मोठे होतात. त्या नजरेत भाऊसाहेबांबद्दल कौतुक, आदर आणि माझ्याबद्दल हेवा.
अहंकार फुलवणारा तेवढा क्षण मला पुरेसा वाटतो आणि भाऊसाहेबांची मला जेवढी माहिती आहे तेवढी मी प्रौढीनं सांगायला लागतो.

त्या छोट्याशा मध्यंतरात आमची मैफल रंगते. विषय भाऊसाहेब हाच. रंगत गॅरंटीड. शिवकथा कुणीही सांगावी. ती रंगणारच. मूळ विषयच इतका जोरदार की, सांगणाऱ्याजवळ कसब नको, शैली नको.

भाऊसाहेब पाटणकर या हरहुन्नरी माणसाबद्दल किती सांगणार ?- व्यवसाय फौजदारी वकिलीचा. म्हणजे सहवासात खुनी, दरवडेखोर...अशी तामसी माणसे. वकिलीच्या व्यवसायातून मोकळे सुटणारे क्षण शिकारीत. शिकारीचा मामलाही साधासुधा नाही. एकदम राजेशाही. कुठे कद्रूपणा नाही. हिशेब नाही. आयुष्यातला प्रत्येक क्षण नुसता टिपला असं नाही तर, शिकार जशी झडप घालून टिपायची तसा टिपला. आयुष्य लुटून जगले आणि स्वत:ला लुटू दिलं.

वकिलीचा व्यवसाय केला तो असाच. अशिलाला वाचवायचं म्हणजे वाचवायचं. कोर्टात झुंज द्यायची तीसुद्धा जंगलातल्या शिकारीसारखी. 'या माणसावर आपण कुभांड तर रचलेलं नाही ना'- अशी मॅजिस्ट्रेटला शंका यावी, एवढं नाटक आणि एवढा आवेश. इतकं करावं तेव्हा कुठे खून करूनही माणसं सुटायची. खून करणाऱ्या माणसाला निर्दोष सोडवणं चांगलं की वाईट, हा एका निराळ्या दृष्टिकोनातून जोखण्याचा सर्वस्वी निराळा प्रश्न आहे. एकदा तोच पेशा पत्करला की, त्याची कर्तव्यं, नीतिशास्त्र - सगळंच बदलतं. आणि त्या बाबतीत भाऊसाहेब त्यांच्या कोणत्याही शेराप्रमाणं खणखणीत आणि अनब्रेकेबल वस्तूसारखे होते. त्यांच्याकडं येणाऱ्या माणसाचं त्यांनी वकीलपत्र घेतलं की, त्या माणसाकडे 'अशील' या एकमेव नात्यानं ते पाहात.

एकदा एका बाईनं आपल्या प्रियकराला घरात घेतलं. त्यानं तिच्या नवऱ्याचा खून केला. घर बैठं. कौलारू. कौलं बाजूला करून हे महाशय छपरातून आत उतरले. सरकारतर्फे खटला सुरू झाला. भाऊसाहेबांनी वकीलपत्र घेतलं. ते घर कोर्टानं पाहावं अशी भाऊसाहेबांनी कोर्टाला विनंती केली.

दिवस ठरला. घराची पाहणी करण्यासाठी अधिकारीवर्ग जमला. भाऊसाहेबांनी एका दणकट हवालदाराला मुद्दाम कौलारावर चढायला लावलं. पण...पण हवालदाराचा पाय छपरावर पडताच छपराचा काही भाग कोसळला. यातच भाऊसाहेबांचा बचाव सिद्ध झाला. एवढ्या कुजक्या छपरावरून गुन्हेगार घरात घुसणे किती अशक्य आहे हे पुराव्यानं सिद्ध झालं. गुन्हेगार खुनी छपरातून उतरला या विधानाचा खोटेपणा सिद्ध झाला. खुनी...नव्हे...भाऊसाहेबांचा अशील सुटला.

कुणीतरी भाऊसाहेबांना विचारलं,

"भाऊसाहेब, हे सगळं कसं काय जमलं ?"

भाऊसाहेबांनी सांगितलं की, घटनास्थळ पाहून आल्यानंतर मला असं वाटलं

की, त्या कुजक्या छपरावर सहज रीत्या एखादा दणकट माणूस चढल्यास ते छप्पर नक्की कोसळणार ! आणि प्रत्यक्षात तसं घडलंही !

जीवनात नाट्य हे असं काठोकाठ भरलेलं. कोणताही प्रवास कंटाळवाणा नाही. त्यांच्या या नाटकाला सूत्रधारही नाही. स्वत:च्या आयुष्याची सूत्रं दुसऱ्याच्या हाती सोपवणारा कलाकार 'हा' नव्हे. स्वयमेव मृगेन्द्रता हा बाणा. परमेश्वरालाही ते ठणकावून सांगतात.

तुमचाच आहे अंश भगवन्
    मीही कुणी दुसरा नव्हे
लोळण्या पायी तुझ्या
    तुमचा कुणी कुत्रा नव्हे

'या न्यायालयाहून सर्वोच्च न्यायालय वर आहे,' अशा तऱ्हेचे उद्गार काढणारे लोकमान्य. या श्रेष्ठ पुरुषोत्तमाच्या अस्मितेबद्दल शंकाच नाही. तिथं तुमचं-आमचं मस्तक 'नत' आहेच. पण इथली ऐट उस्से भी जादा आहे. परमेश्वरालाही कोर्टात खेचण्याची इथं जिगर आहे.

सांगसी निष्काम कर्म
    कृष्णा अरे वेदान्त तू
समजला की काय आम्हां
    किर्लोस्करांचा पंप तू ?

पुरुषार्थावर श्रद्धा असलेला हा पुरुषोत्तम. इथं कुणाचेही फाजील लाड मंजूर नाहीत. परमेश्वराला ठणकावणं एक वेळ सोपं आहे. तो समोर उभं राहून तुमचं काही करीत नाही. आजूबाजूच्या मंडळींना जास्त जपावं लागतं. त्यांनाही भाऊसाहेब सांगतात.

जातो तिथे उपदेश आम्हा
    सांगतो कोणीतरी,
कीर्तने सारीकडे,
    सारीकडे ज्ञानेश्वरी
काळजी अमुच्या हिताची
    एवढी वाहू नका
जाऊ सुखे नरकात आम्ही
    तेथे तरी येऊ नका

भाऊसाहेबांना मरगळ मान्य नाही. नैराश्य खपत नाही. दु:ख कुणालाच टळत नाही, पण भाऊसाहेबांनी दु:खाला स्वार होऊ दिलं नाही. ते स्वत:च स्वार झाले, जीवनातल्या प्रत्येक प्रांतात.

वैवाहिक जीवनात ते कुटुंबप्रमुख होतेच होते. कारण दुय्यम भूमिका त्यांनी केल्या नाहीत. 'वगैरे वगैरे' किंवा 'आणि इतर' या डब्यातून प्रवास करायची त्यांच्यावर कधी वेळ आली नाही. ते प्रमुख होते आणि त्याच वेळी ते सर्वांचे मित्र होते. प्राप्तेषु षोडशे...इतकी वर्षे थांबायला त्यांना सवड नव्हती. त्यांच्या मुलांचे ते प्रथमपासून मित्र होते आणि आजही ते नातं कायम आहे. डफरीनवर अभ्यासक्रम पुरा करायला निघालेल्या विजयला त्यांनी स्वत:बद्दलच्या दोन महत्त्वाच्या गोष्टी सांगितल्या, ''शंभर रुपये मिळाले तर पंचाण्णव रुपये खर्च करीत गेलो आणि जेव्हा जेव्हा ड्रिंक्स घेतली, तेव्हा तेव्हा कटाक्षानं स्व-खर्चानं पीत गेलो.''

- स्वातंत्र्याला संयम जाता जाता शिकवण्याचं कसब याहून निराळं काय असतं ? आयुष्यावर उत्कट प्रेम करणारा आणि सर्वांना 'दोस्तहो' म्हणून पुकारणारा हा एक जीवनासक्त माणूस. 'त्यागेन वा भोगेन क्षय:' या शास्त्रवचनावर बोलताना ते म्हणतात आम्ही दुसऱ्या वर्गातली मंडळी आहोत. असं भोगून घेऊ की, नंतर कशाची आठवण उरणार नाही. आम्हाला शृंगारही वर्ज्य नाही आणि वैराग्यही —

सन्मानिले वैराग्य आम्ही
    शृंगारही सन्मानिला
अंगावरी येथे रतीच्या
    बुद्ध आहे झोपला

मध्यंतर संपलं. भाऊसाहेब विराजमान होतात. आता श्रोत्यांनी त्यांना संपूर्ण ओळखलेलं आहे. कवी किंवा शायर म्हणून वावरणारे भाऊसाहेब निराळे; आणि माणूस म्हणून वावरणारे भाऊसाहेब निराळे, हा व्यवहारी ठोकताळा इथं फ़जूल आहे. शायरीत डोकावणारे भाऊसाहेब हेच संपूर्ण भाऊसाहेब.

आता शायरीतच भेटायचं. कारण आपल्या शब्दांत त्यांना पकडणं हे आपल्या शब्दांच्या ताकदीच्या बाहेरचं काम आहे. भाऊसाहेबांना पकडण्यासाठी त्यांच्याच शायरीचे सापळे आता वापरायचे. या सापळ्यात त्यांनी सापडावं म्हणून सावज मोठं लावायची गरज नाही. 'जिन्दा दिल' हे एक सावज बस् झालं. भाऊसाहेब आपण होऊन सापळ्याला सामोरे जातील आणि त्या सापळ्यात आनंदानं राहतील. टणक लाकूड फोडणारा भुंगा, कमळाच्या कोशाला धक्काही लावू शकत नाही

त्याप्रमाणे, खुनी-दरवडेखोरांत वकिली व्यवसायापायी वावरलेले, जंगलात शिकारीत रमलेले आणि समाजातल्या ढोंगांवर प्रतिक्षणी निर्भीड हल्ले करणारे भाऊसाहेब 'जिन्दादिल' माणसापुढे विष्णुदास होतात.

साहित्यिक, टीकाकार या वर्तुळात ते रमत नाहीत. 'टाळी' वा 'टाळ्या' देताना ज्यांचे हात जड होतात अशा प्राध्यापकीय, वृत्तपत्रीय प्रतिष्ठितांत त्यांना 'ऊर्ध्व'च लागतो. मध्यतरानंतरचा प्रारंभ याच व्यथेनं, पोटतिडिकेनं होतो. ते म्हणतात—

''आम्ही हा शायरीचा एवढा प्रपंच मराठीतून केला खरा, पण म्हटलं, मराठीतील साहित्यिक वर्ग आपली कदर करणार नाही. कारण साहित्याच्या प्रांतातल्या दुसऱ्या कलाकाराची कदर करायची नाही हे तर त्यांचं जीवितकार्यच आहे. आम्ही आमची ही व्यथा कविश्रेष्ठ गालिबला सांगितली.

गालिब, अरे, अमुच्याहि दारी
        आहेच कीर्ती यायची
फक्त आहे देर थोडी
        मरणास अमुच्या यायची
येणार ना अमुच्या पुढे ती
        प्राण असती तोवरी
कीर्ती प्रिया माझी अरे, ही
        भलतीच आहे लाजरी

त्यावर गालिब मला म्हणाला, 'अरे पाटणकर, तुला साहित्य संमेलनं, पत्रकार परिषदा हव्यात कशाला ? हे लोक तुला खरोखरच विचारणार नाहीत. तू आपला ठाण्याला जा. हा मोठा जिंदादिल रसिकसमाज मिळव. त्यांना थक्क करून सोड.' मला हे पटलं. मग अशीच जागजागी मैफल रंगू लागली.

दुर्लक्षिले जेव्हा अम्ही
        साहित्यिकांना या अशा
मैफलीही जागजागी
        रंगल्या जेव्हा अशा
तेव्हा कुठे कीर्ति प्रियाही
        हासुनी आली पुढे
नुसतीच ना आली तशी
        गालही केला पुढं''

प्रेयसी हा विषय. इष्काचा प्रांत. आणि भाऊसाहेबांसारखा कडवा कवी. इथं त्यांचा दृष्टिकोन कसा असेल ते पाहण्यासाठी श्रोते आसुसले. भाऊसाहेबांनी प्रारंभ केला.

''आमचं मन गुंतवून ठेवणारी प्रेयसीदेखील आम्हाला त्याच दर्जाची, खानदानी हवी. त्यात पोरकटपणा नको. भलत्या ठिकाणी आमचं मन जाणारच नाही.

मानू अम्ही की, इष्क अमुचा
            त्यांनाच आहे समजला
नयनातल्या या भाव ज्यांना
            ना पाहताही समजला
कौशल्यही त्या अभिनयाचे
            काय मी सांगू तिच्या
भावही या समजण्याचा
            वदनावरी नव्हता तिच्या
संमती ज्या कुशलतेने
            होती तिने आम्हा दिली
कुशलतेने त्याच मीही
            जाहीर ना होऊ दिली
नुसतेच ना इष्कास अमुच्या
            ऐसे तिने सन्मानिले
आमुच्या, अपुल्या स्वतःच्या
            शीलासही सांभाळले
त्यांनी करावा इष्क; ज्यांनी
            इष्कातही काही पुढे
ना टाकिले, टाकू दिले-
            पाऊलही याच्यापुढे

यावर मित्रांनी आम्हाला विचारलं, 'भाऊसाहेब, तुमच्या या इष्काचं पुढं काय झालं ?- तो तर बेटा फारच चुपचाप झाला.'- आम्ही सांगितलं, 'दोस्तहो, खरा इष्क हा क्षणजीवीच असतो. त्याचा प्रारंभ, तोच त्याचा शेवट.

दोस्तहो, दुसऱ्या क्षणी तो
    इष्क आम्ही विसरलो
ऐसे जरी, ऐसे नव्हे की
    एकमेकां विसरलो
आग आहे इष्क, उपमा
    काय दुसरी द्यायची
पेटूनही यात नसते
    राख होऊ द्यायची.''

एकाहून एक सरस अशा इष्कावरच्या रचना पेश केल्यावर, भाऊसाहेब इष्काचा स्थायी भाव - दर्द - या विषयाकडे वळतात. 'मानव कुणाला म्हणतात' यावर ते एक लाजवाब भाष्य करतात. पंचमहाभुतांच्या एका ठराविक क्रमानुसार निर्माण होणाऱ्या प्राण्याला मानव म्हणत नसून, आपल्या यातनांवर मोहून जाण्याचं सामर्थ्य ज्या प्राण्याला लाभलं आहे त्याला मानव म्हणतात.

अंतरीच्या यातनांना
    अमरता द्याया खरी
निर्मिला मी ताज
    माझ्या शायरीचा त्यावरी

हा शायरीचा ताज निर्माण केल्यावर आम्ही त्या ताजमहालाची आणि आमच्या ताजची तुलना केली. त्या ताजमध्ये काय आहे ? तर कुणी एक अप्सरा तिथे चिरविश्रांती घेते आहे. आणि इथं ?

चारुता तैशीच आहे
    आहे जशी त्या ताजची
आहे स्मृतीही अंतरी या
    कोण्या तरी मुमताजची
विरहातले सौंदर्य जेव्हा
    कोठे कधी साकारते
साकारते शिल्पात जैसे
    शब्दातही साकारते

आम्ही असं ऐकलं की, तो बादशहा प्रेयसीच्या चिंतनातला काळ उंच अशा मिनाऱ्यावर घालवीत असे.

मीही मिनारी उंच माझ्या
 कल्पनांच्या या अशा
शोधता आस्मान काही
 आशेत या वेड्या अशा.
व्यर्थ ना हे उंच इतुके
 उभविले मीनार मी
वाटले त्या अप्सरेला
 इथुनी तरी पाहीन मी
हे खरे, नाही कुठेही
 इथुनि ती दिसली मला
हे खरे की खेद त्याचा
 काही जरा झाला मला
ऐसे जरी संतोष आता
 मानता इतुकाच मी
दूरपण माझे तिचे
 इतुके तरी झाले कमी

उर्दू शायरी आणि मराठी शायरी - यांतला फरक अत्यंत मोजक्या आणि बोलक्या शब्दांत भाऊसाहेब इथं व्यक्त करतात. उर्दू आणि मराठी या दोन संस्कृतींत किती भिन्नत्व आहे याचं ते मार्मिक विवेचन करतात. आमचा इष्क आम्हाला कधी मातीत नेणार नाही. दीन-दुबळा बनवणार नाही. तो जीवनोन्मुखच असणार. आमचा इष्क यशस्वी झाला तर, आम्ही पृथ्वीवर स्वर्ग निर्माण करू. पण यदाकदाचित आमच्या वाट्याला विफलता आली तर ? तर आम्ही मोक्षाच्या पदाला जाऊ; मातीत जाणार नाही.

भाऊसाहेबांच्या या दृष्टिकोनाचा फार आधार वाटतो. हा शायर जागा आहे. इष्कातल्या नाजूक भावना तो मानतो, पण त्यांपैकी कोणत्याही भावनेला तो स्वत:च्या अस्मितेहून जास्त मानायला तयार नाही.

बर्बादिची दीक्षा जशी
 इष्कात आम्ही घेतली

इष्कही बरबाद करण्या
    माघार नाही घेतली
ना रडू नुसतेच, नुसते
    हाय ना आम्ही करू
आहो शिवाचे भक्त आम्ही
    हेही करू, तेही करू

सुरुवातीला मी म्हणालो त्याप्रमाणे, या मैफलीचा सूर प्रथमपासूनच निराळा आहे. भाऊसाहेबांनी तर्कशास्त्र, न्यायशास्त्र आणि दर्शनशास्त्राचा खोल अभ्यास केलेला आहे. आपली काव्यरचना संपूर्ण बोली भाषेत आहे हे ते प्रथमच सांगतात. या सर्व व्यासंगाचे प्रतिबिंब त्यांनी रचलेल्या प्रत्येक ओळीत काव्य म्हणून आढळणार नाही. कारण 'कविता' म्हटल्यावर, कवितेला जी रचना अभिप्रेत आहे त्याचा मागमूस भाऊसाहेबांच्या रचनेत आढळणार नाही. पण स्वत:च्या बोलीभाषेतल्या साध्या, सरळ, सोप्या शब्दांतून त्यांनी जो विचार समोर ठेवलेला आहे तो खरोखर एकमेवाद्वितीय आहे. त्यांची मैफल रंगली नाही असं घडलेलं नाही. त्यांच्या मैफलीत श्रोता बोलायला लागतो. भाऊसाहेबांबरोबर शेवटचे चरण गाऊ लागतो. तो त्यांच्याबरोबर बेहोश होतो. याचं कारण भाऊसाहेब श्रोत्यांशी श्रोत्यांच्या भाषेत बोलतात. Communication शास्त्रातलं एक महत्त्वाचं तत्त्व - you have to speak in the language the listener understands.

त्याप्रमाणे भाऊसाहेबांची रचना. न समजणाऱ्या उपमा, आकलन न होणारी कल्पनांची उतरंड किंवा जगड्व्याळ शब्दरचना यांनी श्रोते इथं दिपून जात नाहीत. इथं माणूस चक्रावून जातो, सुखावतो. आणि 'क्या बात है' असं सहज म्हणून जातो ते कल्पनाचातुर्य पाहून, प्रतिभेची ती झेप पाहून. या प्रतिभादर्शनानं श्रोता बुजून जात नाही, तर भाऊसाहेबांबरोबर तो एकाच बैठकीवरून प्रवास करतो.

इतर कवी आणि भाऊसाहेब यांच्या कविसंमेलनातला हा महत्त्वाचा फरक. अर्थात भाऊसाहेब स्वत:च्या कार्यक्रमाला संमेलन म्हणतच नाहीत. त्यांची 'मैफल' असते. इतर कवींच्या काव्यात दिसणारी अस्मिता ही त्या कवीला सामान्य श्रोत्यांपासून दूर ठेवणारी अस्मिता दिसते. आपल्या बैठकीला पाय लावून बसणारा श्रोता इतर कवींना रुचत नाही आणि श्रोतेही तशी जवळीक साधू इच्छित नाहीत, धजावत नाहीत. या मैफलीत तसं नाही. इथंही अस्मितेबद्दल जागरूकता आहे. पण ती सर्वांच्या अस्मितेबाबत आहे. इथं शायर आणि श्रोता यांची एकच बैठक होते आणि इष्क, यौवन, प्रेयसी, जीवन, वार्धक्य, मृत्यू या सर्वांविरुद्ध अस्मितेनं

मुकाबला होतो तो भाऊसाहेब आणि श्रोते यांचा मिळून. म्हणूनच की काय, इतर संमेलनांतून कवींना टाळ्या मिळतात आणि इथं टाळ्यांबरोबर "टाळी" मिळते. इतर कविसंमेलनांतून क्वचित कुणाची होणारी कुचंबणा या मैफलीत होत नाही. शेजारचा माणूस हसल्यावर आपण हसायचं असला परावलंबीपणा या मैफलीत होत नाही. हे सर्व लिहीत असताना कोणत्याही अन्य कवींना दुखावण्याचा किंवा त्यांचा अवमान करण्याचा माझा हेतू नाही. माणसं आणि आयुष्य यांवर तुटून प्रेम करणाऱ्यांपैकी मी एक आहे. प्रतिभेचे निरनिराळे रूपरंग मी समजू शकलो नाही, तरी पाहू शकतो. कुणाचाही प्रतिभाविलास कवडीमोलाचा मानण्याचा उद्दामपणा माझ्या रक्तात नाही. या मैफलीत काय घडतं त्याची ही फक्त कौतुकादरपूर्वक नोंद आहे. त्याच जाणीवेनं सांगावंसं वाटतं की, इथं कोणत्याही श्रोत्याला अर्थाचं आकलन न होता दाद देण्याचा ढोंगीपणा करावा लागत नाही.

खुद्द भाऊसाहेबांना या ढोंगाची चीड आहे. बिंब-प्रतिबिंब वादावर आधारित असलेल्या एका शायरीत या अशा ढोंगाबद्दल ते म्हणतात,

दर्पणी वार्धक्य माझे
      ना पाहतो ऐसे नव्हे
समजावितो आपणा तरीही
      जाउ द्या, तो मी नव्हे

समोर आरसा धरला की, आपलं आता काय राह्यलं आहे हे प्रत्येक जण ओळखतो आणि तरी स्वतःला प्रत्येक जण फसवतो. मग असं वाटतं,

प्रहसनी, तो मी नव्हेच्या
      सर्वास जो तो फसवितो
काय त्या काझीत येथे,
      जो तो स्वतःला फसवितो
सगळेच असे वागतात. कुणी कमी, कुणी जास्त, मग वाटतं,

ऐसे नव्हे की प्रहसनी त्या
      फक्त काझी जन्माला
काझीविना दुनियेत साऱ्या
      नाहीच कोणी जन्मला
मंचावरी काझीस जेव्हा

कौतुके मी पाहतो
हासतो गालात, वाटे,
काझीस काझी पाहतो.

एवढं झाल्यावर डोळे मिचकावीत भाऊसाहेब म्हणतात, ''आमच्यासारखं एवढं
महान व्यक्तिमत्त्व असताना लोक त्या मंचावरच्या काझीचं कौतुक का करतात
कळत नाही. त्या नाटकातल्या काझीनं दोन-चार पोरींना फसवलं असेल, त्यात
काय मोठंसं ?...आम्ही तर केवळ जिवंत असतानाच लोकांना चकवलं असं
नाही, तर मेल्यावर सुद्धा त्या काझीला जे जमलं नाही ते करून दाखवलं. आम्ही
काय केलं ? तर,

दोस्तहो दुनियेस धोका
मेलो तरी आम्ही दिला
येऊनही नरकात, पत्ता
कैलासचा आम्ही दिला.

काय म्हणे ?- तर कैलासवासी भाऊसाहेब पाटणकर. आम्ही काय कैलासात
जाणार आहोत ?''
जाता जाता जरी मरणाचा उल्लेख आला, तरी सर्वांच्या अंगावर काटा येतो.
मरणाचा संदर्भ आवडत्या माणसाच्या बाबतीत, चेष्टेच्या स्वरूपातही आपल्याला
सहन होत नाही. पण इथं स्वत:च्या मरणाचा संदर्भ देऊनही भाऊसाहेब दणदणीत
हशा मिळवतात आणि पुढच्या दोन ओळी म्हणून आलेली विषण्णता नाहीशी
करतात. ते म्हणतात,
''खोटा पत्ता देऊन काही उपयोग झाला का ?- मुळीच नाही.

हाय, हे वास्तव्य माझे
सर्वांस कळले शेवटी
सारेच हे सन्मित्र माझे
येथेच आले शेवटी''

मैफलीच्या शेवटी स्वत:ची शायरीविषयक भूमिका सांगताना भाऊसाहेब म्हणतात,
''वर्ण्यविषय कोणताही असला, विषण्ण करणारा असला तरीही त्यातल्या विषण्णतेकडे
गौणत्व जायला हवं आणि काव्यात रम्यता यायला हवी. असा काहीतरी कल्पना-

विलास, असा काहीतरी चमत्कार घडवून दाखवता आला पाहिजे की, त्यातली दारुण भावना दुर्लक्षिली जाईल. 'कला-सीमा काव्यं' असं म्हणतात ते सार्थ व्हायला हवं. जिथं इतर कलांच्या सीमा संपतात तिथून काव्य सुरू होतं. तेव्हा शायर किंवा कवी यांचं मुख्य कार्य - विषण्णता नाहीशी करून आनंद निर्माण करणं हेच असायला हवं, असा माझा एक असाहित्यिक दृष्टिकोण आहे. हृद्यता निर्माण करता येत नसेल त्यानं काव्यच करू नये. कविवर्य भा. रा. तांबे यांचं एक श्रेष्ठ आणि अमर काव्य आपण कधीही विसरणार नाही. ते म्हणजे -''जन पळभर म्हणतिल हाय हाय.'' काव्य श्रेष्ठ आहे, पण मन विषण्ण होतं. मी ''मृत्यू'' याच विषयावरच्या काही ओळी म्हणून दाखवतो. मरणासारखा विषय. गंभीर, दु:खद विषय. पण माझ्या प्रत्येक ओळीला मी तुमच्याकडून ''वा'' घेईन. तांब्यांना अपेक्षा आहे की, लोक निदान पळभर तरी रडतील. नक्की रडतील. आमचा विचार त्याच्याही पुढचा आहे.

जन्मातही नव्हते कधीही
मी तोंड माझे लपविले
मेल्यावरी संपूर्ण त्यांनी
वस्त्रात मजला झाकले
आला असा संताप मजला
काहीच पण करता न ये
होती अम्हा जाणीव की
मेलो अम्ही आता बोलू नये

मग आम्ही काय केलं ?
''कफन माझे दूर करुनी
पाहिले मी बाजुला
एकही आसू कुणाच्या
डोळ्यात नाही पाहिला
बघुनि हे, माझेच आसू
थांबले गालावरी
जन्मभर हासून मी
रडलो असा मेल्यावरी
मरता अम्ही वाटले
शोकार्णवी बुडतील ते
श्रद्धांजली तर जागजागी

वाटले देतील ते
थोडे जरी का दुःख माझे
असते कुणाला वाटले
जळण्यातही सरणात मजला
काहीच नसते वाटले
ऐसे जरी, संतोष तो
मानला इतुकाच मी
कळलेच ना कोणा, कसे
कफनातुनी रडलो अम्ही
त्यांचेच हे उपकार ज्यांनी
झाकले होते मला
झाकिती प्रेतास का ते
तेव्हा कुठे कळले मला
लाभला एकांत जेव्हा
सरणात त्या माझ्या मला
रोखता आलाच नाही
पूर अश्रूंचा मला
हाय् ती सारी चिताही
गेली विझोनी शेवटी
जळण्यातही सरणात पुरते
भाग्य नव्हते शेवटी''

भाऊसाहेब पुन्हा जिंकले.
मराठ्यांनी भरवलेला तो दरबार सम्राटासमोर वाकला. आणि एकाच वेळी तो
हरला आणि जिंकलाही. स्वतःचा पराभव मोठ्या मनानं मान्य करणं म्हणजेच तो
आपला विजय असतो - असं नुकतंच वाचलेलं, इथं एका क्षणात पटलं.
मृत्यूवरचं काव्य ऐकताना आम्ही टाळ्या दिल्या, हसलोही...आणि त्या क्षणी
भाऊसाहेबांनी शब्द खरा केल्याचं जाणवलं.
भाऊसाहेब गर्वानं हसतात.
तो गर्वही त्यांना त्यांच्या निर्मितीइतकाच शोभतो. गर्व या शब्दाला इथं बिचकायचं
कारण नाही. स्वयंसिद्ध माणसाच्या संदर्भात वापरलेल्या शब्दांचे शब्दार्थ निराळ्या
मापानं तोला-मोजायचे असतात.
त्याच ऐटीत ते मैफिल शांत करताना म्हणतात,

"मूर्तता काव्यात माझ्या
        कोठेच नाही राहिली
राहिली जी काय सारी
        आसूंत आता राहिली
अजवरी शब्दातूनी मी
        वाहवीली शायरी
यापुढे वाहील नुसती
        नयनांतुनी गालांवरी
आज ही तैशीच माझ्या
        आहेत नयनी आसवे
वाटे जशी आहेत कोण्या
        बहिऱ्या-मुक्याची आसवे
शायरी नुसत्या परा
        वाणीत आहे आता गायची ?
सांगाल का, ही का, कधी
        चौघांत असते गायची ?
यापुढे या मैफलीला
        श्रीहरी साक्षात् हवा
आहे अम्हा विश्वास
        घेऊ ऐशीच त्याची वाहवा''

✿✿

रामूभैया

भान हरपून जाईल अशी मैफल कुठेतरी
रंगलेली आहे याचा अगोदर पत्ताच नसावा.
फार उशिरा त्या रंगलेल्या मैफलीची वार्ता
कळावी. मग दुसरी विवंचना सुरू व्हावी, की
त्या बड्या कलाकाराच्या मैफलीत
आपल्यासारख्या सामान्याला प्रवेश कसा
मिळावा ? प्रवेश मिळवण्यासाठी ओळख तरी
कुणाची आणावी ? तिथवर पोहोचावं कसं ?
मग केव्हातरी अशाच एखाद्या 'सुमुहूर्तावर'
ओळख भेटते, पत्ता मिळतो. भरलेल्या त्या

सभागृहात प्रवेश मिळतो. पण प्रवेश जेमतेम मिळतो न मिळतो तोच, एक मोठी तान घेऊन तो कलाकार समेवर येतो आणि मग भान हरपून वेड्या झालेल्या प्रेक्षकांच्या आग्रहाला न जुमानता खुश्शाल मैफलीतून निघून जातो. त्या धुंद रागिणीच्या जेमतेम चारपाच स्वरांनीच आपण चिंब व्हावं आणि मैफलीला प्रथमपासून उपस्थित असलेल्या भाग्यवंतांच्या भाग्याचा हेवा करावा, एवढंच आपल्याजवळ उरतं.

रामूभैया दाते यांच्या बाबतीत माझं हे असंच घडलं. त्यांच्या त्या रंगपंचमीत न्हायलेल्या मैफलीत मला शेवटी शेवटी प्रवेश मिळाला. अर्थात प्रवेश शेवटी मिळाला असं आता म्हणायचं. खुद्द त्या वेळी मात्र ही जाणीव असणं शक्यच नव्हतं. 'आता हातात काय राह्यलं आहे !' 'मैफल' संपल्यावर आपण, जी मंडळी पहिल्यापासून मैफलीत होती त्यांना विचारीत बसतो; की 'मी येण्यापूर्वी इथं काय गायलं गेलं ? कुणी साथ केली ? कशी केली ?' रामूभैयांच्या बाबतीत आता माझ्याही हातात एवढंच राह्यलं आहे.

मला मैफल मिळाली नाही, पण मैफलीच्या आठवणी मात्र अगणित ऐकायला मिळतात. कधी कधी वाटतं, की आता त्या आठवणी ऐकून काय होणार आहे ? मनाला येणारी विषण्णता मग घालवायची कशी ? आम्ही जन्माला आलो, ते मुळी मोठमोठ्या लोकांच्या मैफली संपल्या तेव्हा. मा. दीनानाथांना आम्ही पाह्यलं नाही. बालगंधर्वांच्या सुवर्णाक्षरांत लिहिल्या गेलेल्या कालखंडातल्या भूमिका आम्ही पाह्यल्या नाहीत. मा. विनायकसारखे कलाकार, आम्हांला 'कला' या शब्दातली ताकद समजायच्या आत कालवश होतात. कालातला सगळा जोष संपल्यावर आम्ही या जगात आलो. लोकमान्य टिळकांसारखं धुरंदर नेतृत्व आम्हांला पाहायला मिळालं नाही. सावरकरांसारखी जिद्द आम्हांला दिसली नाही. वैभवानं तळपणारी रंगभूमी पण आम्ही पाहू शकलो नाही. कुठेतरी थोडं थोडं भाग्य जागं होतं म्हणून काही प्रमाणात का होईना, पण नटवर्य केशवराव दाते, आणि नानासाहेब फाटक यांचा अभिनय पाहू शकलो. आपल्या पत्रिकेतले शुभग्रह अगदीच काही संपावर गेलेले नाहीत; किंवा कामचुकार माणसाप्रमाणे झोपलेले पण नाहीत, याचे प्रत्यंतर ते ग्रह केव्हातरी भाग्यातून भ्रमण करतात आणि रामूभैयांसारख्या रसिकाग्रणीचा सहवास घडतो तेव्हा येते.

पण नाही. तो भास असतो. काही काळ तो हुकमत गाजवतो. भ्रम दूर होतो. मागे आठवणी राहतात.

मग वाटतं, अस्संच उठावं, गांधीनगरमधे जाऊन रामूभैयांच्या घरी जावं. हो, अजून त्या घराला, 'रविभैयाचं घर किंवा अरुणभैयाचं घर' - यांसारख्या सत्यवस्तू शब्दांनी ओळखावं असं वाटतच नाही. घरातून निघताना पण तोंडात शब्द

येतात, 'जरा रामूभैयांकडे जाऊन येतो.' गंमत म्हणजे, यात बायकोला पण काही गैर वाटत नाही. एरवी नवऱ्याला पदोपदी सुधारू पाहणारी बायको, खुशाल 'जाऊन या' म्हणते.

रामूभैयांकडे जावं आणि घरातल्या मंडळींना विचारावं...

पण नाहीच. काही विचारावं लागतच नाही. आपोआप विषय निघतो.

अरुणभैया सांगतात,

'काळेसाहेब, believe me; असं वैभव तुम्ही पाह्यलं नसेल...'

हकीकत-आठवणी सुरू होतात. रामूभैयांचे कुणी स्नेही रेवतीच्या भाषेत, 'मान्यकुळीचे धनाढ्य.' कितीही पाहुणे गेले एकदम, तर पंचपक्वान्नांचं जेवण खिलवणारे. तुपाचा तांब्या केशरी भातावर रिकामा करणारे, पाहुण्यांना मॉलिश करून अभ्यंगस्नानाचा बंदोबस्त करणारे, असे कोणी ते कोट्याधीश गृहस्थ. पण अचानक ग्रह फिरतात. कहाणीतल्या कोण्या एका धनिकाप्रमाणे दारिद्र्य येतं. लक्ष्मीधराचा चारुदत्त होतो. घरादारावर जप्तीचा हुकूम येतो.

रामूभैयांकडे पत्र येतं. अन्नपाणी शेवटी शेवटी वर्ज्य केलेलं. अन्नावरची वासना उडालेली. जेवण नकोसं झालेलं. ग्लासभर दूध किंवा फळांचा रस पण नीरस झालेला. बाईंनी आग्रह केलाच तर, डॉक्टरांना रामूभैया म्हणतात, 'माझी ही बायको एरवी फार फार गुणी. पण फार इल्लॉजिकल.' खाण्याचा आग्रह करते याचा अर्थ काय !

उशाशी ऑक्सिजन सिलिंडर. खरं तर ती त्या सिलिंडरचीच विटंबना म्हणायला हवी. आयुष्यभर त्यांनी अनेक कलाकारांच्या मैफलीत, स्वतःच्या रसिकतेनं प्राण ओतला. कलाकारांबरोबर मैफली जगवल्या. 'दाद' कशी देतात हे मैफलीला शिकवलं, त्या या रसिकाग्रणीला हा सिलिंडर काय जीवन देणार ? पण तोही त्या खोलीत होता. रामूभैयांच्या सहवासात, आपली शान वाढली असा डौल त्यालाही चढला होता.

त्या तशा शेवटच्या काळात त्यांना काहीच नको होतं. मधूनच रवीचा टेप केलेला तबला ऐकावासा वाटत होता. पण नागपूरच्या 'चारुदत्ताची' हाक आली. ऑक्सिजन सिलिंडरचं काम त्या पत्रानं केलं. तशाही अवस्थेत निरोप गेले. चार घरी फोन खणखणले. दीदावर धावले. रामूभैयानं त्या संबंधित लोकांना सांगितलं,

'हा गृहस्थ रस्त्यावर जाणं, म्हणजे मी रस्त्यावर जाण्यासारखं आहे.'

यक्षिणीची, नव्हे संगीतवेड्या यक्षाची कांडी फिरली. जप्ती स्थगित झाली. 'तुमचं काम मी केलं' हे सांगायला तो गृहस्थ रामूभैयांकडे परत आला, तर तोवर अंक संपलेला. कलाकार गेलेला. मागं फक्त उरला, खोलीचा सेट आणि शरमिंधा ऑक्सिजन सिलिंडर.

ही हकीकत मी ऐकली आणि मला वाटलं, की या जातिवंत दीदावराला, त्याच्यावर तितक्याच उत्कटतेनं प्रेम करणारा दीदावर कधी भेटला होता का ? कारण उत्कटतेचा शाप ज्याला मिळालाय्, त्याला तो भोगूनच पार करावा लागतो. पण तशीच उत्कट साथ मिळाली तर शाप, उ:शाप होतो. पण बहुतेक वेळा उपेक्षाच पदरी येते.

रामूभैयांना असे मतलबी पुष्कळ भेटले. काही जाणूनबुजून परेशान करणारे भेटले, काही अजाणतेपणी करून गेले. पण रामूभैयांवर कुणाचाच असर झाला नाही. यजमानांच्या हकीकती सांगण्यासाठी नकळत बाई पुढे येतात. शांतपणे सांगायला लागतात. प्रसंग तसा जिवावरचा. रामूभैयांना अपघात झाला तेव्हाचा. मित्राला स्टेशनवर निरोप द्यायला जातात काय आणि गाडीतून दोन रुळांच्या मध्ये असलेल्या खड्ड्यात पडतात काय. सारंच अकल्पित ! वेळ रात्रीची. पायाचं हाड मोडलेलं. मग ही धावाधाव.

हॉस्पिटलमध्ये प्रवेश. तिथल्या नर्सची बेपर्वाई वृत्ती. नुसता बेपर्वाईपणा नाही, तर ती त्यांच्या अंगावर 'चिल्लाओ मत्' म्हणत धावून आली. रामूभैयांना मरणप्राय वेदना होत होत्या. पण काय करणार ? त्यांना खऱ्या अर्थानं ओळखणारं तिथं कुणी नव्हतं.

आणि दुसऱ्या दिवशी इकडची दुनिया तिकडे झाली. वर्तमानपत्रातून रामूभैयांना झालेल्या अपघाताचं वर्णन, त्यांच्या छायाचित्रासकट आलं. उशाशी खुद्द हॉस्पिटलचा सर्जन बसून राह्यला. रामूभैयांची देखभाल आता नीट होणार या कल्पनेनं घरच्या मंडळींना हायसं वाटलं. पण आदल्या रात्री 'चिल्लाओ मत' असं स्वत:च ओरडणाऱ्या त्या नर्सला 'ऊर्ध्व' लागला. पण शेवटी हीच नर्स, स्वत:च्या मुलाला कॉलेजात प्रवेश हवा होता तेव्हा, शिफारसपत्राची मागणी करण्यासाठी रामूभैयांकडे आली.

घरातली मंडळी आठवण देतात—'हीच ती नर्स.'

रामूभैया शांतपणे शिफारसपत्र लिहून देतात. घरातल्या मंडळींना सांगतात, "कसं वागावं हे तिला कळलं नाही. आता मी पण तिच्यासारखा वागलो, तर तिच्यात आणि माझ्यात फरक काय राह्यला ?-"

- आठवणींवरून आठवणी निघतात.

एकाच रागदारीत रचना केलेली निरनिराळी गाणी जशी लागोपाठ आठवतात, तसं होतं. एकाच रागदारीचे स्वर दोन गाण्यांत असल्यानं, एका गाण्यावरून दुसऱ्या गाण्यावर कधी व कसे गेलो हे जसं कळत नाही, त्याप्रमाणे, उत्कटतेनं बांधलेले दोन वेडे एकत्र आले, तेव्हा एका वेड्याच्या हकीकतीतून, दुसऱ्या वेड्याच्या गोष्टी कधी सुरू झाल्या, हे कळलं नाही. या दुसऱ्या वेड्याचं खरं

नाव, मी म्हणेन, 'रामूभैया दातेच.' पण व्यवहारी नाव सांगायचं झालं तर प्रिं. बोरगावकर.
रामूभैयांचे हे लहानपणापासून स्नेही. इंग्लिशचे प्रोफेसर. शेक्सपिअरवर त्यांना ॲथॉरिटी म्हणून ओळखत. बाई रंगात येऊन सांगायला लागल्या ! अरुण, रवी आणि नंतर माझ्याकडे पाहात त्या म्हणाल्या, ''तुम्ही हल्लीची मुलं एकमेकांना मित्र म्हणवता. पण मैत्री कशी असते, मित्र शब्द वापरण्याचा खरा अधिकार कुणाला असतो, हे मी सांगते.''
रामूभैयांवर जीव तोडून प्रेम करणारी ही व्यक्ती अफाट बुद्धिमत्तेचं लेणं, पण अनारोग्याचा शाप घेऊन जन्माला आलेली. कॉलेजच्या बहुरंगी, बहुढंगी जीवनातच त्यांना निद्रानाशाचा विकार जडला. नाना उपाय झाले. गुण नाही. तो प्राणी वैतागला. लोणावळ्याच्या हेल्थ सेंटरमध्ये जाऊन राह्यले. पण सुधारणा नाही. आणि एके दिवशी नैराश्याच्या भरात त्यांनी रामूभैयांना पत्र पाठवलं—
''आत्महत्या करतो आहे.''
पत्र इंदूरला येऊन धडकलं. पत्रात आत्महत्या कधी करणार, हे पण कळवलं होतं. रामूभैया घाबरेघुबरे झाले. कारण पत्र उशिरा पोहोचलं होतं. एव्हाना ती विपरीत घटना घडली पण असणार. तरी रामूभैयांनी इंदूर सोडलं. तडक पुणं गाठलं. पुण्यात बोरगावकरांचा पत्ता नाही. पुण्यात एवीतेवी पोहोचलोच आहोत असं म्हणून, रामूभैयांनी गंधर्वाचं नाटक पाहून घेतलं. दुसऱ्या दिवशी पुनः इंदौरला वापस लोटले.
बोरगावकर भेटले. 'आत्महत्या कॅन्सल केली,' म्हणाले. रामूभैया म्हणाले, ''भल्या गृहस्था, suicide postponed एवढी तार तरी करायचीस ?''
त्यानंतर रामूभैया इंदोरमधे लेबर कमिशनर झाले. आणि बोरगावकर इंग्लिशचे प्रोफेसर म्हणून इंदोरला स्थायिक झाले. एकमेक एकमेकांचे वेडे झाले होते.
१९४८ साली रामूभैयांना हार्ट अटॅक आला. गाण्याच्या बैठकीत तो अटॅक आला. पण रामूभैया घरी गेले नाहीत. घरी जाऊन नाहीतरी चैन पडणारच नाही; मग मैफल कशाला सोडायची ? असं म्हणत ते पहाटेपर्यंत त्याच अवस्थेत बैठकीला बसून राह्यले. त्याचा फार अनिष्ट परिणाम झाला. त्यांच्याच एका स्नेह्यांनी-डॉ. ऋषींनी - त्यांना त्यांच्या घरी नेऊन महिनाभर खोलीत कोंडून ठेवलं.
त्याच वेळी इकडे बोरगावकर पण आजारी होते. त्यांना एकाच वेळी किती आजार व्हावेत ? एखाद्या गरीब माणसानं सातआठ सावकारांकडून कर्ज काढावं, त्यातल्या प्रत्येकानं पैशासाठी एकाच वेळी ठरवून जिवावर उठावं, तसं झालं. निद्रानाश होताच. त्यात मधुमेह, हृदयविकार, आणि हे अपुरं वाटलं म्हणून की

काय, किडनी बिघडली. त्यात भर म्हणजे, कधीच बरा न होणारा मित्रप्रेमाचा आजार. एका अर्थानं आजारच तो. डॉक्टरांनी पलंगाच्या खाली पाय नुसता सोडायलाही प्रतिबंध केला होता. आणि इथं मात्र दोघांना एकमेकांचे वेध लागले होते. रामूभैयांना देखील इथं हार्ट अटॅक आलेला. यांना जिना चढायचा नाही आणि बोरगावकरांना तर उभं राहण्याची ताकद नव्हती. पण भेट तर हवीच होती. शेवटी रामूभैयांनी तोड काढली. त्यांनी बोरगावकरांना कळवलं की, 'तू तुझा पलंग शक्यतो खिडकीजवळ ओढून घे. मी खाली मोटारीतच बसून राहीन. तू खिडकीतून फक्त तुझा हात बाहेर काढ. मी तो तुझा हात बघीन. आणि तेवढ्यावरच समाधान मानून घेईन.' बेत ठरला.

रामूभैयांची मोटार बोरगावकरांच्या घराजवळ आली. मोटार प्रवेशद्वारापाशी थांबवण्यात आली. समोरच जिना ! आणि जिन्याच्या शेवटच्या पायरीजवळ बोरगावकर रांगत आलेले ! त्यांनी तिथूनच ओरडून सांगितलं,

"तू माझ्या घराजवळ येऊन मला दिसणार पण नाहीस, हे मला कसं सहन होणार ? मला चालायचं त्राण नाही, म्हणून मी आठ दिवस गुपचुप रांगण्याची प्रॅक्टीस केली. म्हणून आत्ता जिन्यापर्यंत आलो तरी. तू कोणत्याही परिस्थितीत येशील, हे मी ओळखलं होतं."

आणि ते दोन मित्र, साश्रू लोचनांनी, मधे एक जिन्याचं अंतर ठेवून, एक पहिल्या तर दुसरा शेवटच्या पायरीजवळ उभे राहून बोलता येईल तेवढं बोलून घेत होते. बोरगावकरांची हकीकत संपता संपता टेबलावर जेवणाची ताटं येतात. न सांगता. त्यांच्याच घरी जेवायचं हे न ठरवता, घरातल्या मंडळींना माहीत आहे, घटकाभर बसायला आलेला पाहुणा, याच घरचा व्हायचा. हा या घराण्याचाच संकेत आहे. पाहुणा एक असो वा अनेक असोत ते घरचेच व्हायचे. पाहुण्याला नारायणाचा अवतार मानायचा. यातला अर्थ आणि मर्म या घरात समजतं. पण या घरातलं हे एवढंच मर्म नव्हतं. स्वतः रामूभैया जेव्हा पाहुण्याची भूमिका घेऊन इतर घरी जात, तेव्हा स्वतःला नारायणाचा अवतार समजूनच जात. एकदम सात-आठ माणसांना घेऊन रात्री १-२ वाजता कुणावर तरी प्रसन्न व्हायचं आणि सांगायचं,

"फार काही नको...पिठलं-भात, ताक घरात असतंच. सांडगे, लोणचं, पापड असले की झालं."

अगदी रामूभैयांच्या आजोबांपासूनची परंपरा जगावेगळी. तीस वर्षे पेन्शन उपभोगल्यावर, सरकारला आपण होऊन -"माझं पेन्शन आता बंद करा" असं सांगणारे रामूभैयांचे आजोबा. "मी पुष्कळ जगलो. असाच सव्वाशे वर्षांपर्यंत जगलो तर तोवर सरकार मला पोसत बसणार आहे का ?" असा सवाल करून त्यांनी मिळणारं पेन्शन आपण होऊन बंद केलं.

“अधिक महिन्याचं वाण काय देऊया ?” असं बाईंनी आपल्या या आजेसासऱ्यांना विचारलं. तेव्हा आजोबा म्हणतात, “मधुकऱ्यांना सदरे वाटूया. मात्र सदरे तू स्वत: शिवायला हवेस.”
“मला सदरे शिवायला येत नाहीत.”
“त्यात काय विशेष ! घरातला एक सदरा उसवायचा आणि त्याप्रमाणे शिवायचा !”
घरात कापडाचं ठाण येऊन पडलं. आणि वय वर्षं सोळाच्या, रामूभैयांच्या सौभाग्यवती, बाई, मान मोडून सदरे शिवायला बसल्या. एक नव्हे, दोन नव्हे, तेहतीस सदरे शिवायचे होते. सध्याच्या जमान्यातल्या मिनी स्कर्टस् वापरणाऱ्या, राजेंद्रकुमार किंवा इतर नटांचे पळापळीचे सिनेमे पाहायला धावणाऱ्या पोरी पाहा; आणि इंदोरच्या वास्तूत, तेवढ्याच वयाची ‘बाई’ - होय, लग्न झाल्यावर मुलीची लगेच बाई होते - खाली मान घालून, शिवता न येणारे सदरे शिवायचा प्रयत्न करते.
मान अवघडली आहे, डोळे चुरचुरताहेत. मन जरासं आळसावलं आहे. हे काम एकटीला कसं उरकावं याची कुठेतरी धास्ती आहे. तोच खोलीचं दार लावलं जातं. पाहतात तो समोर ‘इब्बा’ उभ्या. त्या पुढे येतात, म्हणतात, “सूनबाई, मी तुला मदत करते. कुणाला कळू नये म्हणून दार लावून घेतलंय्.”
आता वैभवाला काय कमी ? प्रत्यक्ष सासूच मैत्रीण झाली. वाण पुरं व्हायला काय उशीर !
‘इब्बा’ म्हणजे बाईंच्या सासूबाई. रामूभैयांच्या आई. त्यांचं ‘इब्बा’ हे नाव रामूभैयांच्या वडीलांनी, बाळूभैयांनी ठेवलेलं. त्या काळात घरात नोकरचाकर पुष्कळ. आला-गेला, पै-पाहुणा, नातेवाईक मंडळी, सगळ्यांनी रामूभैयांच्या आईंना ‘बाई, बाई’ म्हणायचं. मग बाळूभैयांनी ‘बाई’च्या उलट ‘इब्बा’ केलं. त्या एवढ्या मोठ्या चौसोपी वास्तूत कुठूनही त्यांची हाक, टिपेच्या आवाजात गर्जायची. ही पूर्वीची माणसं कधी बोलायच्या भानगडीत पडत नव्हती. ती गर्जनाच करीत असत. कुठूनही गर्जना यायची, “इब्बा ऽ ऽ ऽ !” आणि हातातलं काम टाकून ‘इब्बा’ धावायची. वयाची साठी उलटली तरी ‘इब्बा’ या हाकेसरशी धावायची. बरं, ही हाक केव्हा येईल याला काही हिशेब का होता ? म्हातारपणी, दोन-अडीच वाजेपर्यंत बाळूभैयांना झोप यायची नाही. पुढच्या अंगणात कॉट टाकून ते पडलेले असायचे. मध्यरात्र उलटून गेली तरी, पायाखालच्या दुलईची घडी मोडलेली नसायची. अडीच ते तीनच्या सुमारास, पहाटे, ‘इब्बा’ अशी हाक घुमायची. ‘बा’ हा ‘बॉब्कट्’ शब्दातल्या ‘बॉ’ प्रमाणे असायचा. चार खोल्या ओलांडून इब्बा जायच्या आणि बाळूभैयांनी एवढंच सांगायचं, ‘तेवढं पांघरूण दे.’

न चिडता, न रागावता तेवढं पांघरूण अंगावर पसरून इब्बा परतायच्या.
आज, आता बाई शांत दिसतात, सगळं सहन करू शकतात त्याची संगती ही अशी कुठंतरी लागते.
जेवणं चालली होती. आग्रह चालला होता. आदरातिथ्यात कुठं काही कमी नव्हतं. तोंडात अजून 'रामूभैयांचं घर' हा शब्द येतो याचं कारणच हे. प्रत्येक व्यक्तीत, रसिकत्व आणि आतिथ्यशीलता या बाबतीत रामूभैयाच भेटतात, जाणवतात.
जेवण चालू असताना मी सहज आणि कुतूहलानं पण बाईंकडे पाह्यलं. पोटात कुठेतरी खड्डा पडला. खड्डा पडला तो या विचारानं की, इतकं विविधतेनं भरलेलं, नाना रसांनी, वैचित्र्यांनी, उत्कटतेनं व्यापलेलं जीवन ही बाई जगली; आता हिला किती रिकामं रिकामं वाटत असेल ?
चार भिंतींत बांधलेलं घर पै-पाहुण्यांनी भरू शकतं, पण क्षणात आकाशाएवढं विशाल, तर क्षणात शिंपलीहून लहान होणारं मन रितं ते रितंच राहतं, त्याचं काय ?
मैफल अर्ध्यावर सोडून हा कलाकार निघून गेला. सरसकट कलाकाराचं नातं रसिकाशी जोडलं जातं. साथीदारांचा विसर पडतो, त्याचं काय ?
कलाकाराइतकाच त्याचा साथीदार तस्साच मोठा असावा लागतो, तर मैफल जमते. स्वर हा कितीही त्याच्या मालकीचा असला, तरी ताल हा साथीदारानंच सांभाळायचा असतो.
आता समोर बसलेला रामूभैयांचा हा साथीदार कसा त्यांच्या इतकाच मोठा होता याची खात्री पटवणारा छोटासा प्रसंग मला आठवतोय.
मागच्याच वर्षी रामूभैयांची पहिली पुण्यतिथी झाली. मला जमेल तशी श्रद्धांजली वाहण्यासाठी मी छोटीशी कथा सांगितली. पु. ल. देशपांड्यांनी मनापासून दाद दिली. कार्यक्रमानंतर थोडं दिग्दर्शनही केलं. प्रेक्षकांत बसलेल्या कोण्या एका बाईनं बाईंना विचारलं.
"आता कथा सांगितली तो गृहस्थ कोण हो ?"
बाईंनी उत्तर दिल्याचं मला समजलं,
"हा माझा तिसरा मुलगा."
आता त्या माझ्या आईच्या हातचं जेवताना मला सारखी आठवण येत राहते, ती मागच्या पुण्यतिथीची.
श्री. पु. ल. देशपांडे भाषण करीत असतात—
"परमेश्वर आहे की नाही जगात, याबद्दल शंका आहे. पण जगात भक्त आहेत की नाहीत, याबद्दल शंका नाही. अशा एका भक्ताला अभिवादन करण्यासाठी, भक्ताचे भक्त होऊन आपण सर्व..."

आत्ता वाटतं, की भक्ताच्या अस्तित्वाबद्दल शंकाच नाही. पण गौरव भक्ताइतकाच त्याला आवरून धरणाऱ्या साथीदाराचा व्हायला हवा.
देव अनावार झालेला दिसत नाही. पण भक्त हा नेहमीच अनावर झालेला. झुगारून देणं, स्वत:ला झोकून देणं हा त्याचा स्थायी भाव...
आणि अशा अनावर भक्ताला, देहभान हरपणाऱ्या भक्ताला, डोळ्यांत तेल घालून सांभाळायचं पण, आणि त्याला साथही करायची म्हणजे...

✿✿

मधु

रामशास्त्री चित्रपट निघाला त्या वेळी मी होतो
बारा वर्षांचा !- त्या चित्रपटात काय
नव्हतं ?- नवऱ्याला एकेरी नावानं,
निष्पापपणे हाक मारणारी जानकी होती.
''मी खोटं बोलणार नाही; ही दक्षिणा घेण्याचा
मला अधिकार नाही-'' या तडफेचा बाल
रामशास्त्री होता. ''काका, मला वाचवा-''
ही हृदय भेदणारी नारायणरावाची हाक होती,
आणि त्या वयात आवडणारा मा. विठ्ठलही
होता; एका हातात नागवी तलवार घेऊन

स्वत:चं लग्न लावणारा.

पण या सर्व वैभवाला सोन्याचा कळस चढवणारा - पुन:पुन्हा तो चित्रपट पाहायला लावणारा होता तो भैय्यासाहेब !-

"-पहिला डाव भू ऽ भू ऽ...भुता ऽ चा !" या वाक्यासरशी भैय्यासाहेबांच्या मागं उभ्या असणाऱ्या एका भिडूची - भैंय्यासाहेबांच्या दिशेनं अर्थपूर्ण खूण !- त्या वयांतल्या - पण का, त्या वयातल्याच का ? अजूनही रामशास्त्री पाहताना मी तेवढ्याच नव्यानं या देखाव्याला हसतो-रमतो. बालपण अनुभवतो.

"पहिला डाव भुताचा"- या वाक्याचा नायक—मधु आपटे !

या गृहस्थाला पाहण्याचे योग खूप वेळा आले. त्यानंतर त्या गृहस्थाच्या आख्यायिकाही बऱ्याच ऐकायला मिळाल्या. अनेकांच्या तोंडून, अनेक तऱ्हेच्या. आणि एवढ्या निरनिराळ्या मंडळींकडून आपटे यांच्यासंबंधी ऐकायला मिळालं की, त्यावरूनच कल्पना आली, की ही व्यक्ती आजवर राहिली तेवढी 'लहान' नक्कीच नाही ! अगदी एवढ्यात आठवण झाली, 'लहान' या विशेषणावरून ! अगदी अलीकडे, एका प्रसिद्ध दिग्दर्शकाने 'बालनट' हवेत म्हणून वर्तमानपत्रात जाहिरात दिली. बालनट हवा होता लहान मुलांच्याच चित्रपटासाठी. मधु आपटे यांनी स्वत:चा फोटो तातडीने पाठवून दिला. माझी यावर हसून हसून मुरकुंडी वळली. मधु आपटे मला शांतपणे म्हणतात—

"हाफपँट घातली तर मी अजून बालनटच दिसतो."

मी त्यांना म्हणालो,

"तुम्हाला यदाकदाचित् त्या चित्रपटात काम मिळालंच तर, मी दिग्दर्शकांना नक्की सांगणार नाही. पण माझ्या माहितीसाठी सांगा, तुमचा जन्म किती सालचा ?"

मधु आपटे म्हणाले, "१९१९, एक मार्च !"

मला एका विनोदी गाण्याची ओळ आठवली—

"पडद्यावर मी बालनटी पण, वय चवतीसाचे."

बाकी मधु आपटे या वल्लीकडं पाहिलं-

मला वल्ली या शब्दाबद्दल आपटे यांची क्षमा मागायला हवी...आणि मी मागीनही. माझ्यापेक्षा ते वयानं मोठे आहेत. तेव्हा मला क्षमा करतीलही. पण काय करू, आपटे यांची मूर्ती, त्यांचं बोलणं-चालणं, हे सगळं पाहिलं म्हणजे, त्यांच्यासाठी 'गृहस्थ,' 'माणूस' किंवा तत्सम शब्दांचा जन्म झाला असं वाटत नाही. 'वल्ली' हाच शब्द अगदी 'फिट्ट' बसतो. तर काय सांगत होतो, आपटे या वल्लीला पाहिलं तर, 'आजन्म ब्रह्मचारी' या शब्दप्रयोगाप्रमाणे, ते 'आजन्म बालनट'च शोभतील. हा एवढासा गिड्डा 'प्राणी'- (या प्रयोगाबद्दल 'क्षमा' दुसऱ्यांदा) स्वत:चं वय (खरं) जेव्हा चव्वेचाळीस सांगतो तेव्हा खरोखरच वाटतं - चव्वेचाळीस

वयाच्या सर्व माणसांवर हे अतिक्रमण आहे. आपटेची ही एवढीशी मूर्ती पाहून
परवा एक प्रथितयश पटकथा लेखक म्हणाले,
"मध्या, मार खाशील हं माझ्या हातचा !"-
त्यावर आपटे म्हणाले,
"प्रतिष्ठेच्या दृष्टीनं तुम्हाला अधिकार आहे. पण वयाचा प्रश्न आला तर,
मारण्याचा अधिकार माझा आहे."
मधूचं वय समजल्यावर, तो न मारताही त्या गृहस्थाचा चेहरा तोंडात मारल्यासारखा
झाला. बालनटाच्या चित्रपटासाठी आपटे यांनी आपला फोटो पाठवला त्यातला
विनोदाचा भाग जरी सोडून दिला तरी, त्यांच्या वृत्तीचा, स्वभावाचा विचार केला
तर, खरोखरच ते 'बाल' आहेत.
लहान मुले प्रामाणिक असतात. सडेतोड असतात. त्यांना बनवाबनवी आवडत
नाही. दुटप्पीपणा पसंत पडत नाही. ती स्पष्टवक्ती असतात. त्या स्पष्टवक्तेपणामागे
प्रामाणिकपणाची व सच्चेपणाची अशी झगझगीत शलाका असते की, डोळस
माणसाला स्पष्टवक्तेपणाचं अंजन झोंबण्याऐवजी त्यामागची निर्मळ वृत्ती दिसून
येईल.
एका संगीतदिग्दर्शकाचा एके ठिकाणी सत्कार होता. त्याच चित्रपटाला ज्यांचे
संवादलेखन लाभलेले होते ते सिद्धहस्त लेखकही तिथे होते. लेखक महाशय
अनवधानाने म्हणून गेले—
"आज इथं नवरदेवाला सोडून बँडवाल्याचाच सत्कार होत आहे."
यावर मधु आपटे ताडकन् म्हणाले,
"अहो, बँडवाले आहेत म्हणून तर, नवरदेवाचं लग्न लागल्याचं समजतं ! आणि
मांडवामधे प्रवेश केल्यावर प्रथम बँडवालेच तर दिसतात. बँडवाले नसतील तर,
नवरदेवाचं लग्न लागलं हे कसं समजणार ?"
ज्याचं श्रेय त्याला मिळावं या हेतूनं आपट्यांचं बोलणं किती सडेतोड आहे !
लहान मुलांना खोटं बोलता येत नाही. मुखवटे पांघरण्याची गरज त्यांना वाटत
नाही आणि जिथं सरळपणा दाखवल्याने चीज होणार आहे, तिथं वाकड्यात का
शिरायचं, हेही बालबुद्धीला कळत नाही. मधु आपटे अद्यापि 'बाल' म्हणून का
चालू नयेत ?
लहान मुलं हां हां म्हणता मिस्कीलपणाची एक छटा दाखवतात. स्वतःला हवं ते
मिळवतात. परत वाईटपणा न मिळवता.
कोणातरी एका चित्रपटात आपटे यांना अगदी लहान भूमिका होती. पाटीवर
श्रीगणेशायनमः गिरवण्याचा प्रसंग. निर्माते म्हणतात,
"मध्या, लेका, तुला एवढ्याशा कामासाठी पैसे रे कशाला हवेत ?"

बाब होती पंचवीस रुपयांची ! नटीला पंचवीस हजार पगार देणाऱ्या निर्मात्याला मधूच्या पंचवीस रुपयांचा प्रश्न पडला होता. मधू अडखळत म्हणाला,

''न...नका देऊ.''

शुटिंगला सुरुवात झाली. देवाच्या दयेनं (?) जीभ जड. त्यात पंचवीस रुपयांसाठी निर्मात्याचा हातही जड.

मग मधूचा नैसर्गिक आवाज आणखीन जड झाल्यास नवल ते काय ?

''श्री...ग...ऊं ऽ ऊं ऽ ऊंऽऽऽ !''

—याच्यापुढे गाडी जाईचना. चार पाच रीटेक झाले. शूटिंग थांबवण्यात आलं. कॅमेरामनला डोळा मारीत आपटे हळूच विचारतात,

''किती फूट फिल्म वाया गेली रे ?''

कॅमेरामननं सांगितलं-

''तीनशे फूट.''

मनातल्या मनात पैसे वसूल झाले म्हणत आपट्यांनी निर्मात्याला विचारलं,

''क...क...कसं करायचं ?''

पैसे देण्याचा करार लगेच झाला. आणि पुढील चार मिनिटांच्या आतच 'श्रीगणेशा...' पूर्ण झाला.

पुष्कळदा मोठी माणसं लहान मुलांची फार क्रूर चेष्टा करतात आणि स्वतःच लहान असल्याचं सिद्ध करतात. आणि अशा वेळी लहान समजल्या गेलेल्या व्यक्तीकडून जेव्हा समंजसपणा दाखवला जातो तेव्हा, मोठ्या माणसांचा मोठेपणा फार केविलपणा दिसतो.

मधुकर आपटेसाठी एका गृहस्थानं स्थळ आणलं. तत्पूर्वी त्याला मुलीची सगळी माहिती देण्यात आली. वय, रूप, शिक्षण, देवाणघेवाण - सर्व ठरलं; सांगून सवरून.

हुंडादेखील गडगंज मिळणार होता. आणि मग समजलं की, मुलगी पण तोतरी, मुकी आहे. ठार मुकी नाही, पण फार जड बोलते. व्यवहारी जगातले आडाखे...तोतऱ्या माणसाला तोतरी बायको हे चोख होते.

आपट्यांनी विचारलं,

''तोतरी मुलगी पत्करून मी काय करू ?''

''का ? त्याला काय झालं ?''

''दोघांचं एखादं प्रेमाचं वाक्य पूर्ण होईपर्यंत आमची आई तुळशीबागेतल्या प्रदक्षिणा आटोपून येईल; त्याचं काय ?''

लहान मुलं आपल्यातलं वैगुण्य फार कलात्मकरीतीनं झाकतात. सदऱ्याचं बटन त्यांना लावता आलं नाही तर ती आईला म्हणतील,
"मला येतं लावता; पण तू माझ्यापेक्षा लवकर लावतेस म्हणून तूच लावून दे."
एकदा आपटे भेटले दादर स्टेशनवर. मी पण घाईत होतो. तेही होते. पण तेवढ्यात मला अडवून त्यांनी खिशातून एक कागद काढला.
"काय स्वाक्षरी घेताय् की काय ?" मी विचारलं.
अडखळत मधू आपटे म्हणाले—
"याच्यावर शि... शि... वाजी नगर लिहून दे."
"कशाला ?"
"तिकिटाला लाईन असते. मागचे लोक सारखे ढकलत असतात. बुकिंग क्लार्क वस्कन् ओरडतो आणि मला शि...शिवाजी नगर काही पटकन् म्हणता येत नाही. मागच्या वेळेला गाडी चुकली. म्हणून आज जरा लिहून घेतो. प्रत्येक वेळेला दोन-दोन आणे जास्त घालवावे लागतात. 'पुणे' पटकन् म्हणता येते. आणि मग नको असताना पुण्याचं तिकिट काढावं लागतं."

बोलता येत नाही म्हणून आपटेची पुण्याची गाडी चुकली. पण असंच एकदा बोलता आलं नाही म्हणून त्यांना नट होण्याचा योग आला.
गोष्ट १९३४ सालची ! सहा महिने पगार न देण्याच्या अटीवर प्रभात कंपनीत नोकरी मिळाली. वय होतं पंधरा वर्षांचं ! खळ करणे, रंग कालवणे यांसारखी कामे करता करता स्टिल् फोटो डिपार्टमेंटमधे नोकरी मिळाली. पगार देखील सुरू झाला. या खात्याचे अधिकारी होते श्री. व्ही. शांताराम ! त्यांनी म्हणावं,
"मध्या काहीतरी शिकत जारे." आणि आपट्यांनी "हो" म्हणण्यापलीकडे प्रगती दाखवू नये.
एकदा शांतारामबापूंनी दुसऱ्या खात्यातून फोन केला -
"मध्या, फोटो तयार आहेत का ?"
"ऊं ऽ ऊं ऽ ऊं...!"-
फोनवर दुसरा आवाज नाही. चढ्या स्वरात शांताराम गरजले,
"मध्या, लेका, चेष्टा काय करतोस ? प्रश्नाचं उत्तर दे."
तर पुनश्च,
"ऊं ऽ ऊं ऽ ऊं ऽऽ...!"
शांतारामबापूंनी फोन खाली ठेवला, आणि फत्तेलालना सांगितलं,
"मला माणूस सापडला."
मधू आपटेची संत तुकाराममधली १९३४ सालातली तीच पहिलीवहिली

भूमिका !...घोलोची.
आणि यानंतर तब्बल दहा वर्षांनी मिळालेली दुसरी भूमिका -
"पहिला डाव भु ऽऽ भु ऽऽ भुताचा..."
रामशास्त्रीमधला वेडा इनामदार.
आणि त्यानंतर सुमारे पंचाहत्तर चित्रपटांत त्यांनी लहान लहान भूमिका केल्या. आपटे यांच्या वयाचा आकडा जसा वाढून देखील लहानच राहिला, तसा चित्रपटांत कामे करण्याचा आकडा वाढत राहूनही लहानच राहिला.
वय वाढत होतं पण लहान मुलाची वृत्ती मात्र दिवसेंदिवस वयाशी व्यस्त प्रमाण ठेवून कमी कमी होत होती. बेकारीची झळ तर अनेकदा लागली. संपूर्ण उपासमारीचा काळही तीन-चार वर्षं तळ ठोकून गेला.
मित्र मिळाले, मित्र पळाले. सगेसोयरे राहिले, गेले. पैसा तर कधीच भरमसाट जाण्याइतका मिळाला नाही. शेवटपर्यंत टिकून राहिली आहे ती विनोदी वृत्ती व बालिशपणा ! ही वृत्ती आणि स्वभाव, हाच या व्यक्तीच्या आयुष्याचा कणा आहे. आणि तो बालपणापासून त्यांनी नकळत जोपासला आहे. वयाच्या सातव्या वर्षी वडील वारले तेव्हा, पाठीवर तीन वर्षांची बहीण व दीड वर्षाचा भाऊ होता. आईला जीगच्या टोप्या-पट्टे करता येत असत. त्यावर या कुटुंबाचा निर्वाह मुष्किलीनं चालायचा. जेमतेम सातवीपर्यंत शिक्षण झालं. मामाच्या ओळखीमुळं प्रभात कंपनीत शिरकाव झाला आणि १९३४ साली संत तुकाराममधे नट म्हणून प्रवेश मिळाला.
लहानपणापासून दीर्घ व घनिष्ट परिचय दारिद्र्याशी. त्यामुळे जीवनाची ओळख फार लवकर झाली आणि त्यामुळेच प्रामाणिकपणा, निष्ठा, प्रेम, माया या शब्दांचे अर्थ इतरांना जेवढे समजतात, ज्या तऱ्हेने समजतात, त्याच्यापेक्षा कितीतरी जास्त व निराळ्या तऱ्हेने या 'गृहस्थाला' समजले.
गृहस्थ हा शब्द मी आता मुद्दाम वापरतोय. वास्तविक संसार न थाटलेल्या व्यक्तीला गृहस्थ म्हणणंही कदाचित् मस्करी वाटेल, पण त्यांचा स्वत:चा शब्दकोश त्यांनी उघडून पाहिला तर, 'गृहस्थ' हा शब्द वापरताना मी निराळा अर्थ घेतलाय् हे त्यांना नक्की समजेल. सर्व गोष्टी जाणूनबुजून करतानाही ज्यानं त्या गोष्टीत तेवढीच अलिप्तता ठेवली...तो 'गृहस्थ' नाही तर काय !
आपटे या गृहस्थानं सर्व गोष्टी जवळ केल्या आहेत. अपवाद फक्त एकच...स्त्री सौख्याचा. बाकी सर्व 'पाना'चा त्यांनी आस्वाद घेतलाय. त्यातदेखील हा पठ्ठ्या पलीकडे पोचण्याच्या जिद्दीनं काही गोष्टी करीत होता. वाटेल ते करायचं, थोडासा अविचारही करायचा, पण मनात आलेलं करायचं. हा प्रकारदेखील हट्टी पोरांना साधतो. पोर म्हणायचं नाही तर काय !- परवा प्राणी सांगत होता—

“बेवडा आणि भांग एकत्र मिसळून प्यायलो.”
“काय सांगता काय ? आणि मग...?”
“मग काय ! समोर दोन दोन लकडी पूल दिसायला लागले ! मग सांगितलं रिक्शावाल्याला - सरळ घरी पोहोचवायला.”
“असं ?”
“एकदा कोकेनदेखील खाल्लं होतं.”
“मग ?”
“मग काय ! रस्त्यावर थुंकलं तर, खण्णकन् आवाज यायचा. वाटायचं आठ आणेच थुंकलो.”
“सांगता काय ?”
“आई शपथ. सगळं एकेकदा केलं. अगदी आईला सांगून केलं. सगळी व्यसनं संपल्यावर आईनं शपथ घ्यायला लावली. तेव्हापासून सगळं बंद केलंय्.”
—आई शपथ—हा शब्द आपट्यांनी घेतल्यावर मला खरं वाटलं. आई या शब्दापुढं पर्याय नाही या गृहस्थाच्या आयुष्यात. लहान पोरासारखा सगळा हट्ट, सगळा वेडेपणा केला आणि परत ‘आईची शपथ’ घेऊन तो सर्वांतनं मोकळा झालादेखील. आणि आता त्याला जी समज, जो संयम आला आहे तो ‘गृहस्था’सारखाच आला आहे. मग त्याला गृहस्थ का म्हणू नये ? तरीदेखील याला पहिल्यावर, ‘गृहस्थ’ हा शब्द काही पटकन् तोंडात यायचा नाही. अगदी परवा मी व श्री. मामा पेंडसे चाललो असताना आपट्यांना पाहून मामा पटकन् म्हणाले,
“ही वल्ली आहेच का इथं ?”

सर्वातून तावून सुलाखून निघालेली ही व्यक्ती !...वय वाढूनही लहान राहिलेली. दारिद्र्याशी अखंड सोयरीक जमूनही ‘श्रीमान’ बनलेली. अंगात गुण असूनही उपेक्षित राहिलेली.
जड जिभेचा, पण सच्च्या बोलीचा, आखूड उंचीचा पण मोठ्या दिलाचा, कमनशिबाचा पण शीघ्र बुद्धीचा...मरेपर्यंत राहणारा बालनट. चित्रपटसृष्टीत वावरणारा एक ब्रह्मचारी ! प्रसन्न वृत्तीची श्रीमंती जवळ बाळगणारा आणि त्याची लूट करविणारा दिलदार बालनट !
परमेश्वरानं या तोतऱ्या जीवनाच्या मार्गावर एकच फसवं वळण कायमचं निर्माण करून ठेवलंय. कोकणात म्हणे काही ठिकाणी ‘चकवे’ भेटतात. ते तुम्हाला परत त्याच ठिकाणी आणून उभं करतात. कर्ण हा पांडव असूनही त्याला जन्मभर

पांडव म्हणून मिरवता आलं नाही. इतर विनोदी नटांना जे स्थान मिळालं ते आपटे यांना मिळालेलं नाही. त्यामुळे इतर नटांच्या दारी 'कार' होती तेव्हा आपटे बे-कार होते. कर्णासारखी आपट्यांची अवस्था. चित्रपटव्यवसायात राहूनही त्यांना चित्रपटव्यवसायी म्हणून कसं मिरवायचं हा प्रश्न पडतो. जेमतेम पोटापुरते पैसे मिळवणं हा काही व्यवसाय नाही. मांडववाल्याकडे पाट मोजण्याच्या कामगिरीपासून अनेक कामगिऱ्या आपटे यांना कराव्या लागल्या आणि हे सर्व करताना नजरेसमोर रात्रंदिवस, जळी, स्थळी, काष्ठी, पाषाणी एकच मूर्ती होती, ती म्हणजे आईची ! 'माऊली' या एका शब्दाखातर आपट्यांनी असंख्य खस्ता खाल्ल्या आहेत. तिला ठराविक पैसे पाठवता यावेत म्हणून, इतरांना हसवू शकणारा प्राणी अनेकदा रडलेला आहे.

सर्वांत दु:खी कोण ? या प्रश्नाला एकानं उत्तर दिलं होतं, 'जळातला मासा आणि त्याचं कारण काय, तर सतत पाण्यात राहिल्यानं डोळ्यांतलं पाणी कुणाला दिसत नाही.'

मी म्हणेन, सर्वांत दु:खी माणूस म्हणजे विनोदी माणूस. विदूषक !- कारण त्याच्या डोळ्यांतलं पाणी हेदेखील विनोदाच्या प्रकारांत मापलं जातं !

आईसाठी कासावीस होणारा गृहस्थ 'बाल'च नव्हे काय ? त्या चित्रपट निर्मात्याला एवढं समजलं तर, 'बालनट' म्हणून तो अवश्य आपट्यांना आमंत्रण पाठवील. आपट्यांशी दीर्घ परिचय असलेली माणसं, त्याला म्हणतील "मध्या, तू आता पन्नाशीकडे झुकलास."

पण मला मात्र अनेक मोठी माणसं या 'लहान' माणसात सामावलेली दिसतील— आणि म्हणून मी त्यांना लहानच समजेन आणि तसंच चित्रपटसृष्टीत एवढं वर्षं घालवून आपटे 'बच्चा !' म्हणून 'बच्चाच' राहिले. कीर्तिशिखरावरचा कैफ त्यांच्या वाटणीस आला नाही.

बाकी एका अर्थाने तेही ठीकच आहे ! कारण एकदा शिखर गाठलं रे गाठलं की मग पाहा, कोणत्याही दिशेला पाऊल टाका; ते उताराला लागायचं.

मधू आपटे अजून 'लहानच' आहेत. त्यांचं आयुष्य याहून मोठ्या परीघात गोठून जाईल, गुदमरून जाईल. लहान वर्तुळच ठीक. कारण, त्याला अधून मधून जो वेग येतो तो अगदी त्याचा स्वत:चा असतो.

मधू आपटे यांच्या मुलाखतीचा योग आला हे ठीक झालं. नाही तर एवढ्या बटुमूर्तीत एवढी मोठी माणसं सामावल्याचं मला कधीच समजलं नसतं. मी त्यांना जेव्हा म्हणालो -

"अशी व्यक्ती, असा व्यवसाय यासाठी तुमची मुलाखत हवी."

त्यावर ते पटकन् म्हणाले,

"व्यक्ती आहे. पण व्यवसाय ? त्याचं काय ?"

मी काही बोलणार तेवढ्यात ते म्हणाले,

"म्युनिसिपालिटीत उंदीर पकडायला राहिलो असतो तर एव्हाना मेयर झालो असतो. पण चित्रपटसृष्टीत एवढी वर्षं घालूनही..."

आणि मग कितीतरी वेळ माझी व म्युनिसिपालिटीची चेष्टा मात्र ऐकत बसावी लागली. पण त्यावर चिडायचं तरी कसं ?- कारण या सर्व, वरवर फटकळ वाटणाऱ्या बोलण्यामागे चेहरा होता, तो १९४४ सालच्या रामशास्त्रीतल्या भैय्यासाहेबाचा !- तेवढाच मार्मिक, तेवढाच मिस्किल. "पहिला डाव-भू ऽ ऽ भू ऽ ऽ भुताचा म्हणणाऱ्या वेड्या इनामदाराचा !

भावेअण्णा

भावेअण्णा गेले.
यात नवीन काय ?...केव्हातरी ते जाणारच
होते.
कारण ते केव्हातरी जन्माला आले होते. या
सत्याचं आकलन कुणाला झालेलं नसतं ?...
मग तरी मन व्यथित का होतं ? आपल्याच
व्यक्तिमत्त्वाचा एक लचका कुणीतरी
तोडल्यासारखं का वाटतं ?
याचं एकच कारण आहे...असावं. आज ना
उद्या मुक्कामाला सगळेच पोहोचणार आहेत.

त्या मुक्कामाला जाण्याची इच्छा असो वा नसो ! जिथं इच्छाच नसते, तिथं ओढ तरी कशी असेल ?...मुक्काम आकर्षक वा लोभसवाणा कधी वाटतो ?...तर जो मुक्काम प्रवासासारखाच वाटतो, तो मुक्काम लोभसवाणा.

प्रवास म्हटलं की सवंगडी आले. मित्र आले. संवाद आला. खरं तर संवादाचंच दुसरं नाव म्हणजे 'मित्र.' मुक्कामात सौंदर्य नाहीच. सौंदर्य प्रवासात आहे. कारण, तिथं मित्र आहेत. संवाद आहे.

बेसुमार गर्दीवर आपण चिडतो. पण गाडी जर निम्म्याहून जास्त रिकामी असेल, तर तो प्रवासही 'सुना सुना' वाटतो.

भावेअण्णा जाणारच होते कधीतरी. मग 'शल्य' कशाचं ? तर प्रवासावर प्रेम असलेल्या माणसाचा प्रवास संपला याचं शल्य. आणि त्याहीपेक्षा जास्त 'शल्य' कशाचं ? तर हा प्रवासी साधासुधा प्रवासी नव्हता. हा व्ही. आय. पी. पैकी एक. या प्रवाशाला केवळ प्रवासच अभिप्रेत नव्हता, तर या प्रवाशाला भरलेल्या गाडीतही एक निश्चित 'सीट' हवी होती. ती 'सीट' होती खिडकीजवळची.

आता यात नवल काय ! खिडकी प्रत्येकाला हवी असते. नवल एकच. या खिडकीतून पावसाच्या मुसळधार धारा आल्या किंवा ग्रीष्म ऋतूतलं भाजणारं ऊन जरी अंगावर आलं तरी, खिडकी बंद न करणारा हा प्रवासी होता.

भावेअण्णांबद्दल खूप अधिकारवाणीनं लिहावं, एवढा त्यांचा-माझा ऋणानुबंध होता का ? मी त्यांच्या खास वर्तुळातला होतो का ? खरं तर नाही. खिडकीजवळ बसलेला सहप्रवासी आपल्यापेक्षा जास्त भाग्यवान् आणि निसर्गाला जास्त जवळिकीनं अनुभवू शकतोय् हे जसं प्रवास संपेतो जाणवतं, तेवढंच माझं आणि भावेअण्णांचं नातं. पण तरीही ते खूप जवळचे वाटत. आपल्याला जे बोलायचं असून बोलता येत नाही ते आणखीन कुणीतरी फटकन् बोलून जातो, तिथं आपली दाणकन् समेसारखी दाद जाते. अशी समेला हात वर करणारी जी मंडळी असतात, त्या सर्वांशी आपलं जे नातं असतं तेच नातं माझं भावेअण्णांशी होतं.

त्यांना मी प्रथम कधी पाह्यलं ?

शिवाजीनगर स्टेशनवर. प्लॅटफॉर्म संपतो तिथं. भावेअण्णा, गदिमा आणि सुधीर फडके ही तीन थोर मंडळी गप्पा मारीत, गाडीची प्रतीक्षा करीत उभी होती. अशा सर्व मंडळींकडे थक्क होऊन बघत राहण्याच्या वयाचा मी. दिवस कोणता आठवत नाही. आठवतो तो देखावा. गाडी येईपर्यंत मी लांबून त्या तिघांकडे बघत राह्यलो होतो.

'सौभाग्य' चित्रपटाच्या निर्मितीचा तो काळ असावा. मी तेव्हा कुणीही नव्हतो. त्यानंतर भावेअण्णा भेटले महाबळेश्वरला - साहित्य संमेलनात. कविवर्य बोरकर अध्यक्ष होते. माझं कथाकथन होतं.

संमेलनाच्या एका दिवशीची मंतरलेली सकाळ. मेनका प्रकाशनचे बेहेरे, चंद्रप्रभा जोगळेकर, बंडोपंत गानू, शशी मेहता, असे आम्ही सगळे भारत लॉजच्या व्हरांड्यात. समोर गदिमा आणि भावेअण्णा. भावेअण्णांनी फर्माइश करायची आणि गदिमांनी एकेक नकला करायच्या. व्यंकटेश माडगूळकरांच्या 'बनगरवाडी'मधील पहिली चार-पाच पानं गदिमांनी पाठ म्हणून दाखवली. कथाकथनाचं ते प्रात्यक्षिक, त्यापाठोपाठ एकपात्री नकला आणि शेवटी गदिमांच्या तोंडूनच त्यांची 'जोगिया' ही कविता. त्या आठवणीची फुलं प्राजक्ताच्या सड्यासारखी आजही कोसळतात. तो दोन-अडीच तासांचा कार्यक्रम संपता संपता आम्ही प्रस्थान ठेवणार हे भावेअण्णांना समजलं. त्यांनी विचारलं,

''मालकम्साहेबाचा बंगला पाह्यला का ?''

मी नाही म्हणालो.

''बरं, इथलं ग्रेव्हयार्ड ?''

''नाही.''

''मग महाबळेश्वरात येऊन पाहिलंत काय ? ते दोन्ही पाह्यल्याशिवाय जाऊ नका.''

''ऑफिस...''

''विसरा !'' भावेअण्णा ताडकन् म्हणाले.

आम्ही त्या गोष्टी न बघणं हा भावेअण्णांचा अपमान होतोय् असा त्यांचा चेहरा झाला.

आम्ही मुंबईचा विचार सोडून दिला. संध्याकाळी बेहेऱ्यांच्या गाडीतून ग्रेव्हयार्ड बघून, मालकम्ची वास्तू पाहायला गेलो तर भावेअण्णा त्या वास्तूत मालकासारखे वावरताहेत.

त्यांचे डोळे आनंदानं लुकलुकले.

''थांबलात ? चांगलं केलंत !''

''भावेअण्णा, सकाळी मी तसाच जाणार होतो. पण तुमचा चेहरा पाह्यला आणि मी तुमचाच काहीतरी गुन्हा करतोय् असं मला वाटलं.''

ते लगेच म्हणाले,

''तुम्ही माझा गुन्हा करीत नव्हतात. तुम्ही स्वत:चाच गुन्हा करणार होतात, त्याचं मला वाईट वाटत होतं. तुम्ही लेखक आहात. गोष्टी पण छान सांगता. म्हणून एक सांगतो, ज्याला वाचकांना काही सांगायचं आहे त्या माणसानं वाचकापेक्षा जास्त पाह्यलं पाहिजे, जास्त ऐकलं पाहिजे, जास्त हिंडलं पाहिजे, अनुभवलं पाहिजे. त्याशिवाय तुम्ही इतरांना काही सांगणार कसं ?'' त्यानंतर गाठीभेटी होत गेल्या त्या 'पुवि'...म्हणजेच मेनका प्रकाशनच्या बेहेरे यांच्या घरी.

ज्या भावेअण्णा, गदिमा आणि सुधीर फडके यांच्याकडे मी एके काळी भारावून, लांबून पाहात होतो, त्या तिघांशीही गप्पागोष्टी करण्याचा योग माझ्या आयुष्यात येईल असं मला वाटलंही नव्हतं. एका व्यासपाठीवर त्या थोर साहित्यिकांसमवेत आपली खुर्ची मांडली जाईल हे स्वप्नातही नव्हतं.

ते घडलं, म्हणूनच भावेअण्णा आणि माडगूळकरअण्णा एक कायमचा चटका लावून गेले. गदिमांच्या निर्वाणाचं माझं दुःख अद्यापि ओलं आहे.

भावे गेल्यावर तेही दुःख वाहू लागलं. नव्यानं. रजपूत, चितोड, पद्मिनी यांसारख्या नित्याच्या आणि निष्ठेच्या विषयांवर बोलणारे भावे तस्सेच्या तस्से समोर आहेत. आता भावेअण्णांसारखा सतत अस्वस्थ, अस्थिर असलेला प्रवासी भेटणं अशक्य आहे. त्यांच्या परखडपणाच्या, लहरीपणा, तापटपणा, हेकटपणा इत्यादी स्वभावांबद्दलच्या आख्यायिका मी फक्त ऐकून आहे. आणि तरीही मला ते लोभसवाणे वाटत आले आहेत. कारण एकच; ते ढोंगी नव्हते. टोपीफिरवू नव्हते. हिंदुत्वनिष्ठेचं त्यांनी भांडवल केलं नाही. व्यासपीठापुरती किंवा टाळ्या मिळवण्यापुरती त्यांची निष्ठा नव्हती. त्यांच्या जाण्याचं शल्य का ? तर स्वातंत्र्यवीर सावरकरांनंतर तितकाच जाज्वल्य, ज्वलंत हिंदुत्ववाद असलेला एकमेव साहित्यिक गेला...याचं शल्य.

पण आता वाटतं...सांगावंसं वाटतं -

भावेअण्णा, तुम्ही गेलात ते बरं झालं. कारण दिवसेंदिवस हिंदुत्वनिष्ठा बाळगणं हे नुसतंच चेष्टास्पद नव्हे तर, काही दिवसांनी तो दखलपात्र गुन्हाच ठरणार आहे. साहित्य संमेलनाच्या वेळी तुम्हाला थोडासा फटका बसलाच होता. गप्पागोष्टी, मित्रमेळावे, स्नेहसंमेलनाची व्यसनं असलेल्या मंडळींनीच तुमचं संमेलन उधळलं होतं. ज्यांना व्यासपीठावर उभं केलं तर कापरं भरतं, चार शब्द बोलता येत नाहीत अशांनी 'लालित्यपूर्ण' भाषेत 'संमेलन उधळलं जात आहे हे बहिरेपणामुळे भाव्यांना उशिरा कळलं,' किंवा 'खूप वेळ समजलंच नाही' या तऱ्हेची टीका करून, तुमच्या शारीरिक व्यंगावरही हातोडा हाणला होता. असं का झालं ? एकच कारण.

दलितांनी दलितांचा अभिमान धरणं चूक नाही. मुस्लिमांनी त्यांचा धर्म तितक्याच कडवेपणानं जोपासला तर तो गुन्हा नाही. याउलट शासनासहित सगळ्यांनी त्यांचं कौतुकच करायचं आहे. फक्त हिंदूंनी स्वतःला हिंदू म्हणायचं नाही वा त्याचा अभिमान बाळगायचा नाही. तरीही तुम्ही ठणठणीतपणे तुमच्या विचाराची कास सोडली नाहीत. पीळ सोडला नाही. आणि कदाचित् वाढत्या वयोमानाबरोबर तुम्ही जास्त कडवे होण्याची शक्यता होती. तेव्हा भावेअण्णा, तुम्ही योग्य वेळेला गेलात ! माझ्यासारख्या अनेकांना हवेहवेसे असताना तुम्ही गेलात. तुम्हाला

स्वत:लाही आणखीन खूप काही करून दाखवायचं होतं. लिहायचं होतं...अशा वेळी गेलात.

आपण फार म्हणजे फारच मोजक्या प्रसंगी भेटलो. खूप बोललो असंही नाही. पण तरीही एक भेट हवी होती. तुम्हाला एक सांगायचं होतं.

ग. वा. बेहेरे एकदा, एकदा म्हणजे तुमचं आणि त्यांचं संपूर्ण बिनसल्यानंतर तुमचा विषय निघाला होता तेव्हा मला म्हणाले,

"माझ्या आयुष्यातील दहा वर्षं कमी केल्यानं भावेअण्णांचं आयुष्य वाढणार असेल तर, मी जरूर दहा वर्षं लवकर मरायला तयार आहे !"

तुमच्याशी वैर असलेल्या गवांना हे वाटत होतं; मग मित्रांना काय वाटत असेल ? आपलं वागणं आपल्याजवळच राहतं आपण जाईपर्यंत...जाणारा जातोच. तसे भावे गेले. मागे राह्यलं ते हे वाटणं...भावेअण्णांची पुस्तकं...त्याशिवाय त्यांची पत्रं. आणि भावेअण्णांचा माझ्या मुलाच्या लग्नातला फोटो.

✿✿

पी के

एखादी व्यक्ती असं म्हणते,
''मी तुला माझे अनुभव सांगेन. तू त्यावरून
काय लिहायचं ते बघ. अर्थात् हे सगळं एका
अटीवर, माझं नाव कुठंही येता कामा नये.''
आपण खरं तर, त्याच व्यक्तीच्या प्रेमात पडलेले
असतो. त्याचं नाव त्याच्या चेहऱ्याशी,
शरीराशी इतकं निगडित झालेलं असतं,
की ती व्यक्ती बिननावाची होऊच शकत नाही.
जसं बिनशरीराचं नाव असू शकत नाही, तसं.
तरीही त्याच्या भावना जपाव्या लागतात.

ज्या व्यक्तीवर लेखन करायचं त्या लेखनात, त्याच्यावरच अन्याय कसा करता येईल ?
'माझं नाव कळू देऊ नका.' असं म्हणणारी माणसं दोन प्रकारची. त्यांपैकी पहिली भित्री. प्रसिद्धीनंतरच्या परिणामांना घाबरणारी, कुठंतरी टाळी वाजत असताना स्वत:चाही हात अडकलेली. म्हणूनच प्रसिद्धीनंतरच्या परिणामांना घाबरलेली. तर दुसरा प्रकार प्रसिद्धीलाच बिचकणाऱ्यांचा.
साहित्यिक भाषेत त्या महाभागांना म्हणतात, 'प्रसिद्धीपराङ्मुख.'
मी हा शब्द वापरणार नाही. कारण अलीकडे प्रत्यक्ष प्रसिद्धीपेक्षा एखाद्या व्यक्तीच्या 'प्रसिद्धीपराङ्मुखतेला'च प्रचंड प्रसिद्धी मिळते.
पण पी. के. हा इसम असा नाही. आचार्य अत्रे यांच्याच आद्याक्षरांचा लाभ झालेला हा भला माणूस. हा माणूस खरोखरच प्रसिद्धीची ॲलर्जी असलेला.
म्हणूनच नाव न सांगण्याच्या अटीवर पीकेंनी काही अनुभव सांगायचं ठरवलं. तरीही त्यापूर्वी त्यांनी विचारलं, 'तुला माझ्यामध्ये लिहिण्यासारखं काय दिसलं ?' वेळ मारून न्यायची असली म्हणजे आपण सांगतो, 'योग्य वेळ आली की सांगेन.' मी तसंच केलं.
पीके या व्यक्तीत मी काय पाह्यलं ? पीकेंची आणि माझी ओळख केव्हाची ? पीके आणि मी समकालीन आहोत का ? वृत्तीत साधर्म्य आहे का ? समानशीले व्यसनेषु सख्यं— या सुभाषितासारखं काही समान आहे का ? सगळ्याच प्रश्नांची उत्तरं नकारात्मक होती. पीके माझ्या घरी येत होते ते माझ्या वडील बहिणीच्या यजमानांचे मित्र म्हणून. खास पांढरं स्वच्छ, काचा मारलेलं धोतर. त्या धोतराचे डौलदार पुणेरी पंख. शर्ट ओपन कॉलरचा; कोट आणि त्याच्या बरोबर त्यांची गोरीपान, देखणी, नीटनेटकी बायको. अत्यंत नीटनेटकेपणा हे पीकेंकडे लक्ष जायचं मुख्य कारण. माझं त्या वेळचं वय नगण्य. किंवा, काही खास गप्पांच्या वेळी वडीलधाऱ्या मंडळींनी दुसऱ्या खोलीत घालवून द्यायचं आमचं वय. त्यामुळे खास लक्षात राहावा असा मी नव्हतो. मला मात्र पीके आवडले होते. कारण घरात पाऊल पडल्यापासून ते पीकेंना 'पुनरागमनायच' असे म्हणेतो घरात हसण्याचा कोरस चालू असायचा. अत्यंत खणखणीत आवाज, कोटीयुक्त मार्मिक बोलणं, स्वत:वरच टीकास्त्र सोडण्याचा मोकळेपणा, बायकोच्या फिरक्या, समाजात वावरताना जतन केलेला डोळसपणा, या सर्व गुणांमुळे पीके आले रे आले की, अमाप आनंद. कोणत्याही कादंबरीचा नायक जसा रंगवला गेलेला आपल्याला आवडतो, तसे पीके पण. पण हा आवडणारा माणूस सतत सहवासात कसा येणार ? मी त्यांचा मित्र होऊ शकणार नाही इतका लहान होतो. यांना माझ्यासाठी विचार का करावासा वाटावा ? माझ्याबद्दल आकर्षण वाटावं असं तेव्हा माझ्यात

काहीही नव्हतं. पीके मात्र जातील तिथे आनंद निर्माण करीत होते, यात वाद नव्हता. माणसांची माणसांबद्दल मतं कशी तयार होतात हे पाहणं मोठं मजेचं असतं. स्वत:च्या अनुभवांवरून ठाम निष्कर्ष काढण्याची परिपक्वता प्रत्येकाला निरनिराळ्या वयात येत असेल. पण प्रारंभीच्या काळात ही मतं बनवण्याचं काम घरातली मोठी माणसं करीत असतात. पाहुण्यांची पाठ वळल्याबरोबर जे त्याच्याबद्दल बोललं जातं किंवा ती व्यक्ती मागे जे वातावरण निर्माण करून जाते, त्यावरून लहान मुलांची मतं बनतात.

पीके येऊन गेले की, मग काही काळ त्यांच्या सहवासाच्या अस्तित्वाचा सुगंध दरवळत राहायचा, आणि असे क्षण दुर्मिळ असायचे.

कारण, आमचं वास्तव्य पुण्यात, तर पीके तेव्हा मुंबईत ब्रिटिश राजवटीत सचिवालयात नोकरी करीत होते. शालेय शिक्षण निव्वळ मॅट्रिक. नंतर टायपिंग, शॉर्टहँड. एवढ्या शैक्षणिक पात्रतेवर त्यांना टायपिस्टची नोकरी मिळाली. पगार पन्नास रुपये. सुपारीबिडीचं व्यसन नसणाऱ्या पीकेंना पन्नास रुपये पगार व्यवस्थित पुरायचा. दादरच्या श्रीकृष्ण बोर्डिंगमधे राहण्याचे, जेवणाचे, चहाचे इतकंच नव्हे तर, दर रविवारच्या मिष्टान्न भोजनाचे फक्त महिना बत्तीस रुपये भरायला लागायचे. दादर-बोरीबंदर रेल्वे-पास दोन अडीच रुपयाला मिळायचा. पीकेंसारखा निर्व्यसनी माणूस. मला एकदा बोलता बोलता ते म्हणाले होते, 'पुण्या-मुंबईचा परतीचा प्रवास मी पाच रुपयांत बसवला आहे.'

पीकेंचा आणि माझा परिचय वाढत गेला. उत्तरोत्तर सहवास पण घडू लागला. आणि मला पटत गेले की, केवळ पुण्यामुंबईचा प्रवास पाच रुपयांत बसवणं यात पीकेंचं काहीच कर्तृत्व नाही. त्या काळात आर्थिक स्थिती बेतास बात असणाऱ्या अनेकांनी तो प्रवास पाच रुपयांत बसवला असेल. पीके सगळ्या आयुष्याचा हिशेब याच पद्धतीनं शिस्तीनं आखू शकतात यात त्यांचं कर्तृत्व. 'तुमचं नाव मी कुणाला सांगणार नाही' असं मी पीकेंना कबूल केलंय. पण तरीही त्यांचं नाव सांगायचा वारंवार मोह होतोय. याचं कारण, उभ्या आयुष्याचा हा असा हिशेब मांडणारा पीके वृत्तीनं कद्रू नाही. चार पैसे व्यवहारी चातुर्यानं त्यानं जोडले, ते 'जोडावे धन, उत्तम वेव्हारे' या नारायण ठोसरांच्या उक्तीप्रमाणे. पण तितक्याच साक्षेपानं पीकेंनी दुसरी ओळ पण सांभाळली—'उदास विचारे वेच करी.' पीकेंचं आणि आमचं, दुसऱ्या ओळीबाबत कधी जमलं नाही. म्हणूनच नोकरीव्यतिरिक्त अस्मादिकांना अन्य प्राप्ती असूनही, गरज पडली तेव्हा पीकेंनी मदत केली आहे. माणसाला नेहमी स्वत:च्या ओढग्रस्तीच्या परिस्थितीचं कौतुक असतं, आणि दुसऱ्याच्या तशाच स्थितीबद्दल कोरडी सहानुभूती असते.

पीकेंचं वेगळेपण इथं दिसतं. निव्वळ एक्केचाळीस रुपये भाड्यात, घरमालकाची

एक हजार चौरस फूट जागा आपण किती वर्षं वापरायची ?

पीकेंना एका मारवाडी मालकाची ही जागा मिळाली कंट्रोलर ऑफ ॲकॉमोडेशनकडून. त्यापूर्वी, नुकतंच लग्न झालेलं असताना जी जागा मिळाली होती त्या जागेच्या तिन्ही बाजूला वेश्यांची घरे होती.

आयुष्यातले ते दिवस फार भयानक होते. त्या सत्त्वपरीक्षेत पीके आणि त्यांची सहधर्मचारिणी नक्कीच चांगले मार्क मिळवून पास झाली. त्यामुळे एक्केचाळीस रुपये भाड्यात हजार चौरस फुटांचा फ्लॅट म्हणजे स्कॉलरशिपच.

पण हेच पीकेंना पटेना.

एके दिवशी ते आपण होऊन मालकाकडे गेले, आणि त्यांनी आपण होऊन विचारलं,

"एवढ्या कमी भाड्यात तुमचं भागत कसं ?"

"कुठं भागतंय !"

"मग भाडं वाढवीत का नाही ?"

"कायद्यानं भाडं वाढवता येत नाही."

"म्हणून काय झालं ? तुम्ही सगळ्या बिऱ्हाडकरूंना असं जन्मभर पोसणार का ? मी तुम्हाला आपण होऊन या महिन्यापासून जास्त भाडं देणार. तुम्ही पावती कितीही रकमेची द्या."

"पण..."

"असंच करायचं. मी भाडं जास्त देतो ते तुम्ही कुणाला सांगू नका, मीही सांगणार नाही."

असा पीकेंनी शब्द दिला की, ती अलिखित प्रॉमिसरी नोटच. ओठ शिवण्याच्या कलेवरच पीकेंची नोकरी टिकली. ब्रिटिश सरकारच्या राजवटीत सचिवालयात मिळालेली नोकरी.

एकोणीसशे बेचाळीसचं क्रांतियुद्ध. ही क्रांती आणि चळवळ कोणत्या मार्गानं दडपून टाकायची किंवा त्याला तोंड देताना कोणतं धोरण आखायचं त्याबद्दलच्या योजना पीकेंच्या देखत ठरत असत. वरिष्ठ अधिकाऱ्यांच्या ऑर्डर्स टाईप करून योग्य त्या अधिकाऱ्यापर्यंत पोहोचवण्याची जबाबदारी पीकेंची असायची.

म. गांधींपासून, नेहरूंपर्यंत जेवढे पुढारी होते त्या सर्वांना कधी, कुठे, कुणाकरवी अटक होणार आहे हे पीकेंना ब्रिटिश सरकारच्या खालोखाल समजत असे. पण प्रत्यक्ष घटना घडून जाईपर्यंत पीकेंचे ओठ शिवलेले असत.

"मला त्या सर्व बातम्या केव्हाही फोडता आल्या असत्या. टायपिस्टच होतो. एकेक कॉपी जास्त काढून कोणत्याही पत्रकाराला द्यायचं ठरवलं असतं तर, खूप पैसा कमावता आला असता. माझं नाव कुणालाही कळलं नसतं. पण एकदा

आपण सेवक आहोत म्हटल्यावर; सेवकाचा धर्म पाळायलाच हवा. तो तेव्हा देशद्रोह होता का, आणि बातम्या फोडल्या असत्या तर देशभक्ती ठरली असती का, याचा विचार करावासा वाटला नाही. जे स्वत:च्या मनोमर्धाला पटलं ते केलं. 'सेवकाचं इनाम' म्हटल्यावर मात्र, कुणी गळ्यावर सुरी ठेवली असती तरी शब्द गेला नसता.''

''पीके, दुसऱ्यानं कुणीतरी बातमी फोडली असती आणि तुमच्यावर आळ आला असता तर ?''

पीके पटकन म्हणाले,

''साहेबाला माणसांची जबरदस्त पारख होती. मी हे करणार नाही हे एकदा पटलं, की पटलं. अधूनमधून तेव्हा बातम्या फुटतही होत्या, पण साहेबानं माझी शंका घेतली नाही.''

''तुम्ही खूप घडामोडींचा, धामधुमीचा काळ बघितलात असं म्हणायचं, पण तरीही नेमून दिलेल्या कामाचं स्वरूप असं होतं की, धामधुमीनं मुंबई आणि देश पेटलेला असताना त्याची नशा चढलेली नसायची. आमच्या वाट्याला तेव्हा पत्रं सेन्सार करणं, पार्सलं फोडणं...''

''पार्सलं ? कुणाची ?''

''पं. नेहरूंसाठी पुस्तकं पार्सलनं यायची. नेहरूंसारखा वाचनवेडा दुसरा माणूस माझ्या पाहण्यात नाही. पण तीही पार्सलं फोडायला लागायची. पुस्तकातून पिस्तुलं दडवली नाहीत ना हे बघावं लागायचं. एकदा तर आचार्य कृपलानींना मोठा, रॉकेलच्या आकाराचा डबा भरून कुणीतरी काजू पाठवले होते. आम्हांला सतत संशय शस्त्रास्त्रांचा. तो डबा फोडला तर त्यात काजू. आमच्या दोस्त राष्ट्रानं माझ्यावर टीका करत करत पाव डबा संपवला.''

''तुमच्यावर टीका का ?''

''मी एकाही काजूला हात लावला नाही म्हणून. मला या, तसल्या गोष्टी कधी पटल्याच नाहीत. आपल्याला पोटापुरती मानाची नोकरी आहे. आपली मान इतरांनी टिकवायची नसते. ज्याची त्यानेच टिकवायची. तेही इतरांनी आपल्याला सलाम करावा म्हणून नाही टिकवायची. काहीतरी एक चांगलं आहे, माणुसकीशी सुसंगत आहे, हे पाहिलेलं असतं म्हणून हे सगळं करायचं. हे सगळं जाणणारा भेटला तर उत्तम. नाही भेटला तरीही काही बिघडत नाही. आम्हांला स्लेडर नावाचा ऑफिसर भेटला. त्यानं संपूर्ण विश्वास टाकला होता. कॉन्फिडेन्शियल गोष्ट माझ्याकडून फुटत नाही या एकमेव गुणावर मी गृहखात्यात पीएच्या जागेपर्यंत गेलो.''

''स्वातंत्र्यानंतर आपलं सरकार आलं. तुमची किंमत आपल्या सरकारला समजली का ?''

“सेक्रेटरीच्या अगोदर मंत्रीच गुप्त गोष्टी वचावचा बोलतो. मग मी गप्प बसतो त्याचं कौतुक कुणाला ?”

मी बेदम हसलो. आणि गंभीर पण झालो. राजकारण हा माझा विषय नसूनसुद्धा मी पीकेंना विचारलं,

“ब्रिटिश सरकार गेल्यावर स्वातंत्र्यानंतर नोकरीत आनंद वाटावा असं वातावरण किती वर्षं टिकलं ?”

“मोरारजी देसाई मुख्यमंत्री होते तोपर्यंत खूपच शिस्त टिकली होती. राजकारणी आणि पत्रकार मंडळींनी मोरारजींना काहीही ठरवलं असेल, पण ॲडमिनिस्ट्रेशन जाणणारा तो एक चांगला मंत्री होता. त्यानंतर काही खास कौतुकानं बोलावं असं उरलं नाही.”

पीके आपल्याला वारंवार भेटायला हवेत असं मला माझ्या लहानपणी वाटायचं. त्याचप्रमाणे ते मला भेटायला लागले. व्यवसायानिमित्त मी मुंबईला आलो. पीके सचिवालयात तर मी महानगरपालिकेत. अनागोंदी कारभार, अन्यायाची वागणूक, उधळपट्टी, या बाबतीत सचिवालय काय, महापालिका काय, टक्केवारीतच जो काय फरक असेल तो !

पीके भेटायला आले रे आले की, सगळ्या भोंगळ चालीरीतींचा, व्यवहाराचा परामर्श घेतला जायचा. पीकेंचं वास्तव्य ग्रँटरोडला; मी दादरला. भेटायची इच्छा झाली रे झाली की, पीके दारात हजर व्हायचे.

मग गप्पा, हास्यविनोद आणि घरी जायला निघता निघता ठरलेला प्रश्न, “मिळणाऱ्या पैशातून शिल्लक किती टाकतोस ?”

माझ्याकडे शिल्लक टाकण्याच्या नावानं खणखणाट. नाना प्रकारचे मोह, सतत काही ना काही नवं विकत आणायचं. वापरायचं. नाही पटलं तर येईल त्या किंमतीला विकून टाकायचं, हा आमचा बारमास नेम. एरवी ओठ शिवून गप्प बसणाऱ्या पीकेंच्या जिभेला अशा वेळी विरोधी पक्षाच्या नेत्याप्रमाणे जबरदस्त धार चढायची.

एकदा पीके असंच माझं बौद्धिक घेत असताना कविराज शंकर वैद्य आले. पीके तेव्हा द्रुत लयीत गेलेले. प्रेमापोटी मला जितकं झाडता येईल तेवढं ते झाडताहेत...आणि एकाएकी त्यांच्या डोळ्याला पाणी आलं.

ते पाणी गडबडीनं पुसत पीके म्हणाले,

“माझी जीभ वाईट आहे. आणि त्यात पैसा, प्राप्ती, खर्च, बचत म्हटलं की मी बोलत सुटतो. माणसानं प्राप्ती असतानाच साठवलं पाहिजे. माझं बोलणं तुम्हाला लागलं असेल. हा बुवाजी असं का बोलतोय असं तुम्ही म्हणत असाल.”

शंकर वैद्य म्हणाले,

''संसारात प्रत्येकाला हा असा एखादा परशुराम हवा असतो. आणि तसा तो भेटावा लागतो.''

एकवीस वेळा पृथ्वी निःक्षत्रिय करणाऱ्या परशुरामाप्रमाणे कठोरपणे बोलणाऱ्या पीकेंची जीभ काटेरी वाटली तरी, त्यामागे गुलाबाच्या पाकळ्यांचा कोमलपणा आहे. अनेकदा हा गृहस्थ दारात येऊन उभा राहायचा, तिसऱ्या-चौथ्या मिनिटाला दारातून निघायचा आणि 'काम असल्याशिवाय तुम्ही ग्रँटरोडहून का आलात ?' असं विचारल्यावर सांगायचा, 'तुम्हाला सगळ्यांना नुसतं पाहायचं होतं. तुम्ही सगळे आनंदात आहात ना, इतकंच बघून येतो असं घरात सांगून आलोय. तेवढं पाह्यलं, आता जातो.'

आणि खरोखरच चहाचा कपही न घेता पीके निघून जायचे.

एकदा केव्हातरी ते चंद्रशेखरबद्दल—स्वतःच्या मुलाबद्दल चिडून बोलत होते. तर एका भेटीत, चंद्रशेखर आता उत्तम कविता करायला लागलाय म्हणून खूप कौतुक करीत होते.

तर एकदा केव्हातरी—

''तू इंजिनीअर होणार, हुशार आहेस, क्लास मिळवतोस, मिळवलास...सगळं मान्य. पण इंजिनीअरिंग सोडलंस तर एरवी तू आणखी कोण आहेस ते सांग.'' असं म्हणून मुलाचा पिच्छा पुरवीत होते.

अशाच एका सकाळी पीकेंनी आम्हांला अंथरुणात गाठलं. अर्धा-पाऊण तास दिलखुलास गप्पा झाल्या. मला थोडा उपदेश झाला. निरोप देताना मी जिन्यापर्यंत गेलो. पीकेंनी डोळ्यांवरचा चष्मा काढला. रुमालानं डोळे झाकले आणि ते एकदम रडायला लागले.

''पीके, काय झालं ? असेच घरात चला; शांत बसा; नीट सांगा, काय झालं ?''

जिन्याच्या पायऱ्या उतरत, डोळे कोरडे करत ते म्हणाले,

''आमचा चंद्रशेखर नापास झाला. तेवढंच सांगण्यासाठी आलो होतो.''

स्वतःचा संसार करताना कायम माझ्या संसाराचा विचार करणारे पीके माझे कोण ? त्या प्रश्नाचं उत्तर मला कधीच मिळालं नाही आणि नंतर मी तो नाद सोडूनच दिला.

आई, बाप, काका, मामा, भाचा, पुतण्या ही जशी नाती, तसं पीके हेच एक नातं. 'पुन: प्रपंच' हा नभोनाट्यांचा संग्रह मी त्यांना अर्पण करताना लिहिलं होतं— स्वत:चा प्रपंच नेटका करून, कायम माझ्या प्रपंचाची चिंता वाहणाऱ्या 'पीकें'ना. त्यांनी हे मान्य केलं नाही.

''मी एक ऑर्डिनरी टायपिस्ट आणि स्टेनोग्राफर. मला बुद्धी नाही.''

''असं कसं ?''

"सचिवालयात बुद्धी लागतच नाही. म्हणजे, काम करायचं असेल तर बुद्धीचा कस लागेल असं काम नसतंच. बुद्धी वापरायची ती पैसा खाण्यासाठी.''

"असं कसं ?''

"ते तसंच आहे. आपल्या डोक्यावर तो जो बुवाजी बसलेला असतो, त्याला हाताखाली जो स्टाफ लागतो तो केवळ खापर फोडण्यासाठी. 'आय वॉज नॉट प्रॉपर्ली गाईडेड बाय दि डिपार्टमेंट.' हे उभं राहून सांगता यावं एवढ्यासाठी टायपिस्ट लागतो. माझं प्रमोशन आता जवळ आलेलं आहे, पण तरीही मी नोकरी सोडणार आहे.''

"का ?''

"हातपाय धडधाकट आहेत तोपर्यंत नोकरी सोडण्यात गंमत आहे. अर्थ आहे. स्वतःच्या मनाप्रमाणे जगता येण्यासाठी शरीर उभं आहे तोवर स्वतंत्र व्हायला हवं.''

पाच रुपयांत पुण्या-मुंबईचा प्रवास बसवणाऱ्या आणि एकाही काजूला हात न लावणाऱ्या पीकेंचा तो विचार. त्याचा उच्चार ओठांपासून नव्हता—

पोटापासून होता.

आता मी मुंबईत आणि पीके पुण्यात.

काही ना काही सार्वजनिक कार्य करायचं एवढंच मनानं घेतलेलं.

मुंबईत असतानाच तसा एक प्रयोग केलेला. पीकेंचं ते धाडस कुणालाच पटणार नाही असं. पण पीकेंना स्वतःला ते पटलेलं होतं.

घरकामाला येणाऱ्या बाईचा संसार. अशा अनेक संसारांची जी कहाणी असते तशीच कहाणी त्या संसाराची. नवरा दारुडा. त्यापायी न संपणारं दारिद्र्य. मद्यपानाच्या पावलावर पाऊल टाकीत मागून येणाऱ्या इतर गोष्टी. म्हणजे संघर्ष, मारहाण...वगैरे.

या बाईचे अश्रू आपण पुसायचे हे पीकेंनी ठरवलं. मग ते तिच्या झोपडवजा घरी गेले. कोंदट जागा. सगळीकडे दारिद्र्याच्या जिवंत खुणा आणि कोपऱ्यात नवरा नावाचा एक हाडांचा सांगाडा. रोज कोणत्या तरी गुत्त्यात जाऊन दारूच्या नावाखाली विष पचवणारा नीळकंठ.

त्याची दारू पिण्याची वेळ झाली की, पीके रोज त्याच्या घरी जाऊ लागले. त्याला चांगल्या हॉटेलात न्यायचं. चांगली दारू पाजायची आणि त्याचे दारूचे पैसे स्वतः भरून त्याला घरी सोडायचं; हा क्रम पीकेंनी सुरू केला.

एक दिवस त्या तळीराममधला 'राम' जागा झाला. त्यानं पीकेंना विचारलं,

"तुम्ही माझ्या घरी का येता ?''

"तुला दारू प्यायला मिळावी म्हणून.''

"माझ्यासाठी तुम्ही पैसे खर्च का करता ?"
"तुझ्यासाठी नाही. रात्रंदिवस काबाडकष्ट करून तुझी बायको तुझा संसार चालवतेय, आणि तू दारू पिण्यासाठी पैसे हवेत म्हणून वर तिला मारहाण करतोस, म्हणून मी पैसे खर्च करतोय. तू दारू पिऊ नकोस असं मी म्हणणार नाही. फक्त तू चांगली दारू पी. बायकोला मारहाण केली नाहीस तर ती आणखीन काही वर्षं संसार चांगला करून तुला पोसेल. दारूला लागणारे पैसे मी देतो."
जवळ जवळ महिनाभर पीके त्या माणसाला नियमानं दारू प्यायला नेत होते. त्याची दारू पिऊन होईपर्यंत तिथे नुसते बसत होते आणि नंतर हॉटेलचं बिल भरून त्याला घरी सोडत होते.
अशाच एके दिवशी त्या तळीरामानं पीकेंचे पाय धरले. सुधाकरासारखी शपथ घेतली.
पीकेंना हुरूप आला. त्यांनी तळीरामाला त्याचा जुना व्यवसाय, समाजातील त्याच्या हरवलेल्या स्थानासहित सुरू करून दिला. त्यासाठी त्याला शिवणाचं मशीन विकत घेऊन दिलं. दारूच्या व्यसनपूर्ततेसाठी विकली गेलेली भांडीकुंडीही पुन: खरेदी करून त्याला दिली. तळीरामाचा गुत्ता बंद झाला. तो घरात राहू लागला. शिवणकाम करू लागला.
घराला घरपण आलं.
पण ते फार दिवस टिकलं नाही.
पुन: तळीराम त्याच्या मूळ स्वभावावर गेला. निरपेक्ष प्रेम समजणारं दुसरं मनही भेटावं लागतं. स्वार्थाशिवाय कोणीही कुणासाठी काहीही करत नाही हेच दर्शन समाजात सर्वत्र होत असताना, पीकेंचं हेतुविरहित प्रेम त्या सैतानाला का समजावं ?
पीकेंचे सगळे श्रम वाया गेले. राक्षसाचा पुन: 'गृहस्थ' बनवण्यासाठी पीकेंनी जवळजवळ, जे पाचसहा हजार रुपये खर्च केले त्याच्या बदली त्यांच्या पदरात बेअब्रूचं माप पडलं.
"तुमची माझ्या बायकोवर वाईट नजर आहे म्हणून तुम्ही माझ्या संसारासाठी एवढा खर्च करताय," असा त्यानं पीकेंवर सरळसरळ आरोप केला.
पीकेंचा प्रयोग फसला.
काही प्रयोग फसतात; काही यशस्वी ठरतात. यशाइतकं बोलकं दुसरं काही नसतं.
अपयशाला वाचा नसते. असं का ? खरंच वाचा नसते का ? मला तसं वाटत नाही. अपयश आलं की अवतीभवतीच्या, प्रत्यक्ष कार्य न करणाऱ्या माणसांना इतकी वाचा येते, कंठ फुटतो, की त्यापुढे अपयशी मनाचा आक्रोशच कुणाला ऐकू येत नाही.

यश मिळालं की, गळाच दाबला जातो.

अपयश पचवायला शिकायचं म्हणजे, स्वकीयांनीच केलेले वार पचवायला शिकायचं. त्यांनी केलेल्या उपदेशाला धीराचा कान द्यायचा प्रयत्न करायचा. खरी फुंकर, खोटी फुंकर किंवा फुंकर आणि फूत्कार पारखायची शक्ती वाढवायची. अपयश मिळालं तर छोट्यांतला छोटा माणूस आपल्याहून मोठा होतो आणि त्याला काहीही सांगायचा अधिकार प्राप्त होतो, या सत्याला सामोरं जाण्याची तयारी ठेवायची.

यश म्हणजे ताटाभोवतीची रांगोळी. सतत अस्तित्व दर्शवणारी. रांगोळीचा भुकेशी संबंध नाही. म्हणूनच ती पचवण्याचा प्रश्न उद्भवत नाही.

अपयश हे वाढलेल्या ताटासारखं. अन्नावर वासना नसली तरी ते वाढणं गिळावं लागतं. पचवावं लागतं. चेहऱ्याची रांगोळी विस्कटू न देता.

पीकेंनी ते ताट फस्त केलं. चाटून पुसून लख्ख केलं.

''तुम्ही हे सगळं का केलंत ?''

''ऑफिसात असताना प्रोहिबिशन खात्यात नोकरी केली होती. तेव्हापासून सामाजिक कार्य करायचं ठरवल्यावर हेच काम डोळ्यांसमोर यायला लागलं. सगळ्या देशासाठी आपण काही करू शकणार नाही. 'राष्ट्राचा उद्धार' यांसारखे शब्द ज्यांना काही करायचं नाही त्यांच्यासाठी छान आहेत. आपण एक माणूस सरळ मार्गाला लावून दाखवूया. एक घर उभं केलं तरी खूप कार्य झालं. त्या कामात मी शारीरिक, आर्थिक, मानसिक ताकद किती पणाला लावू शकतो याचा मला अंदाज आला.'' नियतीला पीकेंसारख्या माणसाचे कष्ट, त्यांची निष्ठा, भक्ती, स्वच्छ दृष्टिकोन, या सगळ्या मूल्यांचा विनियोग जास्त व्यापक कार्यासाठी व्हावा असं वाटलं असावं. म्हणून तिनं पीकेंना हे घवघवीत अपयश दिलं.

पीकेंची दृष्टी नियतीनं 'डोळ्या'कडे वळवली आणि पीकेंना आपलं कार्यक्षेत्र सापडलं. केव्हातरी त्यांचं पुण्याहून मला पत्र आलं. त्यात त्यांनी लिहिलं होतं, ''मी जिवंतपणी नेत्रदानाचं कार्य सुरू केलं आहे.''

पुण्याच्या भेटीत मला त्याचा अर्थ समजला. एका अंध विद्यार्थ्यासाठी ते त्याचा डोळा झाले. रोज चार तास त्या विद्यार्थ्याला धडे, नोटस् वाचून दाखवायचा उद्योग पीकेंनी सुरू केला. तो विद्यार्थी बी. ए. झाला. नंतर एम. ए. झाला. आणि आता आमच्या पीकेंचा हा विद्यार्थी पीएच. डी. करतोय !

पुण्यात पीके ही आज एक व्यक्ती राहिलेली नाही. ती एक संस्था झाली आहे. पुण्यात एका नेत्रदान शिबिरासाठी पीके प्रचारकार्य...(काही काही शब्द स्वार्थी नेत्यांनी, कार्यकर्त्यांनी इतके बदनाम केले आहेत की, शुद्ध कार्य करणाऱ्या व्यक्तीच्या बाबतीत त्या शब्दांची योजना करून वाक्य पुरं करायची हिंमत होत

नाही. 'शिबिर' आणि 'प्रचारकार्य' यांसारख्या शब्दांचं हेच झालंय. पण तरीही त्या त्या अर्थानं ते शब्द सिद्ध झालेले असतात. मग नाइलाज होतो. शब्दांना बिचकायचं नाही असं ठरवल्याशिवाय लेखन अशक्य आहे.)

...तर, पीकेंचं प्रचारकार्य चाललेचं आहे.

पीके काय करतात ?

'नेत्रदान' हा शब्दही तोंडावाटे उच्चारत नाहीत. रामदासस्वामी दिवसाकाठी पाच घरं भिक्षा मागत असत. त्याच तत्त्वावर पीके रोज चार-पाच घरी जातात. अक्षरश: भिक्षा मागतात. पण भिक्षा मागतात ती कसली ?

विचारांची, आचारांची, संवादाची, माणसा-माणसांतल्या जिव्हाळ्याची.

"कोणत्याही घरी गेल्यावर तुम्ही पहिल्या दिवशी सुरुवात कशी करता ? आपण कोण याबद्दल काय सांगता ?"

पीके म्हणाले,

"मी घरातल्या एकूणएक माणसांना एकत्र करतो. साठी उलटलेल्या म्हाताऱ्याचा मी जसा मित्र होतो, तसाच दहावी-अकरावीतल्या मुलाचाही दोस्त होतो. मिळणाऱ्या पगारात न भागणं, महागाई हे जिव्हाळ्याचे प्रश्न. त्यांवर दिलखुलास गप्पा मारतो. गप्पा मारता मारता समोरच्या कुटुंबातल्या व्यक्तींचे एकमेकांत संबंध कसे आहेत त्याचा अंदाज घेतो. मी एक निरुपद्रवी मित्र म्हणून चांगला, इतपत विश्वास प्रत्येकाच्या मनात तयार करतो. मग हळूहळू माणसं मोकळी बोलू लागतात. त्यांच्या समस्या सांगायला लागतात. गप्पागोष्टींच्या ओघात मी काही मांडायचा प्रयत्न करतो. आणि मग असाच त्यांना आठ-दहा दिवसांच्या अंतरानं भेटत राहतो. मग केव्हातरी त्यांच्याकडून प्रश्न येतो, 'पीके, तुम्ही एरवी काय करता काय ?' मग नेत्रदानाचा विषय काढतो. माणसं पटापटा फॉर्म भरून देतात. तत्पूर्वी मी त्यांचं दहा वेळा बौद्धिक घेतलेलं असतं. स्वतःच्या विचारापलीकडे सख्ख्या माणसांचा विचार कसा करायचा, मग नातेवाईकांचा, पाठोपाठ मित्रांचा, मग अनोळखी माणसांचाही, असं करता करता हळूहळू समाजाकडे कसं वळायचं त्यावर मी विचार करायला लावलेला असतो. मग फॉर्मवर सही का मिळणार नाही ?"

"पीके, यासाठी किती यातायात करावी लागते ?"

"पुष्कळ. बुद्धीपेक्षा ही ताकद ही सातत्याची आहे. रामदास पाचच घरी भिक्षा का मागायचे ? त्यांच्या पोटात कावळे कोकलत होते म्हणून ? मुळीच नाही. भिक्षा हे निमित्त. हेतू समाजाशी संवाद साधायचा, जनजागरण करायचा. मी तेच करतोय. मला एकही नेत्रदानाचा फॉर्म भरून मिळाला नाही तरी चालेल. मला फक्त ती दृष्टी तयार करायची आहे. माणूस समाजाचं काही ना काही देणं

लागतोच लागतो. स्वत:च्या गरजा बाजूला ठेवून काही करावं असं नाही. पण त्या सगळ्या गरजा भागल्यावर त्यानं बाहेर नजर वळवायलाच हवी.''

आपण पीकेंकडून काही घेणार आहोत का ? विचार करणार आहोत का ? क्षणभर का होईना, अस्वस्थ होणार आहोत का ? पीके म्हणजे टाटा नव्हे. गरवारे, आपटे, मफतलाल नव्हे. साखर कारखान्याचा मॅनेजर वा मालक नव्हे. उत्तम स्मगलर्सपैकी, लाखो रुपयांची प्रॉपर्टी जोडणारा स्मगलर नव्हे. किंवा, ऋषितुल्य बाबा आमटे यांच्यासारखा एकमेवाद्वितीय पुरुषोत्तमही नव्हे. पीके एक साधा, पुणेरी धोतर नेसणारा, नाक उडवून 'सदाशिव पेठी' म्हणावा असा. पन्नास रुपये पगाराचा टायपिस्ट.
त्याला हा योग साधतो !
दाराशी चालून आलेल्या लक्ष्मीला तो विन्मुख पाठवू शकतो.
का ? कसं ?
तर, पीकेपर्वातली ही शेवटची हकीकत.
ज्या मारवाडी मालकाला पीकेंनी आपण होऊन जास्त भाडं द्यायला सुरुवात केली, त्या मारवाड्यांनी पीकेंना कळवलं, 'इमारतीतले बिऱ्हाडकरू तीन-तीन लाख रुपयांना जागा विकून नव्या जागेत गेले. तुम्ही या. जागा विका. माझ्याबरोबर तुम्हीही दोन-तीन लाख रुपये मिळवा आणि आनंदात राहा.'
पीके उस्सेभी जादा.
त्यांनी मालकाला कळवलं—
''जागेचे मालक तुम्ही. तुमच्या जागेत भाडेकरू म्हणून राहण्यापलीकडे मी त्या जागेसाठी काहीही केलेलं नाही. ना घाम गाळला, ना रक्त. मी मुंबईला येईन. जागा रिकामी करीन. बाहेरून स्वत:चं कुलूप लावीन. किल्ली तुम्हाला देईन. माझं कुलूप तुम्ही तुमच्या हातानं म्हणून उघडा आणि जागा ताब्यात घ्या.''
मारवाडी जमातीला न शोभणारं वर्तन करणारा हा मारवाडी मोठा ? की पीके ?
जास्त डोळस कोण ?
डोळे सगळ्यांनाच असतात.
असायलाच हवेत.
पण त्याबरोबर वाटतं,
पीकेंची दृष्टी पळवता आली पाहिजे.

सुधीर मोघे

अशाच एका कौटुंबिक मेळाव्यात मोहन
सुखटणकर. म्हणाला,
''मी एक कविता म्हणतो.''
मी मनात म्हणालो,
''ब्रूटस् यू टू ?''
मोहननं कविता म्हणायला सुरुवात केली—
'एक सांगशील, आपले रस्ते
अवचित कसे कुठे जुळले ?
आपल्याच नादात चालताना
हे देखणे वळण कसे भेटले ?'

यानंतरच्या ओळी केवळ कानांवरून गेल्या.

त्यांना मनाची वाट सापडली नाही. पहिल्या दोन ओळींनीच गतकाळातील अनेक देखणी वळणं डोळ्यांसमोर उभी केली. किती ठिकाणी थबकलो, मागं वळून पाह्यलं, वाट पाहात थांबलो, उपेक्षेचे घाव झेलले, नवा उत्साह घेऊन पुन: वाट तुडवीत निघालो, ती सगळी वळणं दिसली, चालणंही दिसलं.

अवचित भेटणाऱ्या वळणांची नशा उतरायच्या आत मोहन पुन्हा भेटला.

मी म्हणालो,

"तू भेटलास की बरं वाटतं. आपलं कुणीतरी आहे, असं वाटतं." मोहन म्हणाला,

'जगण्यासाठी आधाराची खरंच गरज असते का ?
आपण ज्याला आधार मानतो
तो खरोखर आधार असतो का ?'

मी उतावळीपणे विचारलं,

"कुणाची कविता ?"

मोहन पुन: बोलला नाही.

केव्हातरी असाच एक दोस्त भेटला. म्हणाला,

"हा एवढ्यात मोघेकडून आलो."

"मोघे तर कालच दौऱ्यावर गेला."

"मी श्रीकांतबद्दल बोलत नाही. सुधीरबद्दल बोलतोय. श्रीकांतचा भाऊ."

"कुठे असतो ?"

"सगळीकडे असतो आणि कुठेच नसतो."

"काय करतो ?"

"कविता करायचे क्षण वगळल्यास, एरवी काय करतो हा संशोधनाचा विषय आहे."

"कविता करतो ?"

या प्रश्नावर दोस्तानं ज्या कविता म्हणून दाखवल्या त्या ऐकल्यावर सटपटलोच.

दोस्त म्हणाला,

"पाय निघणं मुष्कील होतं. शेवटी त्याचीच कविता त्याला ऐकवून सटकलो.
'मित्रा, एका जागी नाही असे फार थांबायचे
नाही गुंतून जायचे;
नाही गुंतून जायचे.'

मी याच ओळींपायी गुंतून पडलो.
आणि सुधीर मोघे या इसमाची वाट पाहात राह्यलो. ओळख अगोदरच पटलेली होती. आता भेट हवी होती. पण हा इसम समोर येईचना. केलेला पाठलाग वाया जात होता. प्रतीक्षेचे क्षण प्रतीक्षेतच संपत होते.
'आत्ता सुधीर इथं येणार आहे;' असं जितक्या वेळा, ज्या ज्या ठिकाणी समजलं, त्या त्या ठिकाणी मी थांबत गेलो. तो आलाच नाही. व ज्या ज्या अपेक्षित ठिकाणी मी पोहोचलो, त्या त्या ठिकाणावरून तो, 'हा इतक्यात गेला' अशा तीन शब्दांत गेला होता. आजवरचा अनुभव असा की, कवी सापडायचे, कविता न समजता निसटायची. इथं कविता सापडली होती, तर कवी निसटत होता.

माणसाला माणसात इतकं इंटरेस्ट का असतं ? सगुण-साकाराची एवढी ओढ का असते ?
सुधीर प्रत्यक्ष भेटायला कशाला हवा होता ?
तो भेटणार आहे का ?

लहानपणी ऐकलेल्या अनेक कथांपैकी बहुतेक कथांतून एक वर्णन असायचं. कोणी एक दयाळू यक्ष अथवा जादूगार याची ती कथा असायची. तुम्हाला 'अमर' करील असं एक फळ त्याच्याकडे असायचं. पण त्याला गाठण्यासाठी सात समुद्र ओलांडावे लागत. सप्तपर्वतांची रांग पार करायची अट असे. एखाद्या अस्वलाशी झुंज घेऊन, तळहातावर त्याचं काळीज घेऊन सामोरं जावं लागे. की मग तो यक्ष प्रसन्न.
आता वाटतं, या कथा केवळ लहानपणच्या नसतात. लहानपण संपलं तरी त्या उरतात. सगळ्या आयुष्यभर आपण अशा निरनिराळ्या जादूगारांना गाठण्यासाठी हेच करीत असतो. त्यांतला प्रत्येक प्रयत्न हा सप्तसमुद्र पार करण्याइतकाच कष्टप्रद असतो. अस्वलाच्या काळजाऐवजी आपण स्वतःचं काळीज हातात घेतलेलं असतं. सुधीरसारख्या जादूगारांना गाठण्यासाठी जेव्हा ठिकठिकाणी जिने चढावे लागतात, तेव्हा रक्तदाबाचा शाप असलेल्या माझ्यासारख्यानं खऱ्या अर्थानं हृदय हातात घेतलेलं असतं. शेवटी मी चक्क चिडलो. सुधीरच्याच कवितेत फरक करून म्हणालो,

'माणसाला मैत्रीची खरंच ही वेडी तहान का ?
तिच्यावाचून असहाय्य व्हावं,
एवढी तिची मिजास का ?'

आणि मग एखाद्या किंवा प्रत्येक हिंदी चित्रपटात अगदी शेवटच्या अडीच मिनिटांत पोलीस धावून येतात, त्याप्रमाणे मी निराश झाल्यावर 'सुधीर मोघे' एके दिवशी साक्षात् माझ्यासमोर येऊन उभा राह्यला.

आणि मग त्या दिवसापासून 'आज तो इथं यायलाच हवा,' किंवा 'दोनच मिनिटांपूर्वी तो इथून गेला' असं सांगणाऱ्यांच्या यादीत माझी भर पडली.

मग तो असाच 'मंतरलेल्या चैत्रबनात' भेटला. 'कविता...कविता...कविता' या संपूर्ण स्वयंभू कार्यक्रमात हरवून जाताना दिसला. जितेंद्र अभिषेकींबरोबर एका संध्याकाळपासून पहाटेपर्यंत, त्यानं आमच्यासमोरच मुलतानी ते भैरवी प्रवास केला. या प्रवासात त्यानं 'मारवा, पूरिया, यमन, जयजयवंती, अडाणा, मालकंस, बागेश्री, दरबारी, आसावरी, भैरव', यांपैकी एकाही स्टेशनला हूल दिली नाही. माझ्या मते, शिस्त न मोडता, मधेच गाडी न सोडता, रूट न बदलता किंवा आवडलेल्या स्टेशनवर मध्येच मुक्काम न करता सुधीरनं केलेला हा पहिलाच प्रवास असेल; आणि बहुतेक शेवटचा. मुक्कामाचं वेड वा गरज नसलेला हा प्रवासी. याचं तसं काही खरं नाही. 'कलंदर' हा शब्द वापरण्याचा मोह मी टाळतो आहे. कारण अनेक चांगल्या गोष्टींच्या भ्रष्ट आवृत्त्यांप्रमाणे 'डिट्टो कलंदरही' खूप झाले आहेत.

हा वेगळा आहे एवढं नक्की.

प्रवासावरच प्रेम असलेल्या या माणसाचं एक बरं आहे. मुक्कामाची ओढ नाही म्हणून वेळापत्रकाची गरज नाही. वेळापत्रकाची गरज नाही म्हणून या माणसाची कोणतीही गाडी चुकत नाही...आणि मिळेल त्या गाडीवर प्रसन्न होणारं मन लाभल्यानं चुकलेल्या गाड्यांची खंत नाही.

'खंत' वा 'पश्चात्ताप' या शापातून फक्त दोनच प्रकारची माणसं मुक्त होऊ शकतात. पहिला प्रकार निगरगट्टांचा; दुसरा प्रकार 'जाणिवेनं जगणाऱ्यांचा.' साफल्याबरोबरच वैफल्यावर आकृष्ट होणाऱ्यांचा. एकदा हा योग साधला की, 'रिकाम्या ओंजळीही खूप काही शिकवितात' हे जाणवतं; आणि कणभर चुकीलाही आभाळाएवढी सजा झाली तरी, त्याचा खेद वाटत नाही. म्हणूनच सुधीर हसत हसतच या ओळी लिहू शकतो.

'अखेर हे सारं घडतं
केवळ आपण काही शिकण्यासाठी
आपण मात्र शिकत असतो
पुन:पुन्हा चुकण्यासाठी'

या न संपणाऱ्या प्रवासात सुधीरला जसं,

'शोधून कधी सापडत नाही
मागून कधी मिळत नाही.'

हे जाणवलेलं आहे, त्याचप्रमाणे या आयुष्यात,

'दाटून आलेल्या संध्याकाळी
अवचित सोनेरी ऊन पडतं
तसंच काहीसं पाऊल न वाजवता
आपल्या आयुष्यात प्रेम येतं.'

याचंही प्रत्यंतर आलेलं आहे. येताना हे प्रेम जरी पाऊल न वाजवता आलेलं असलं तरीही, त्याची ताकद,
'वादळ वेडं घुसतं तेव्हा,
टाळू म्हणून टळत नाही'

अशी आहे.
त्या वरच्या शक्तीच्या अस्तित्वाबद्दल सुधीरच्या मनात एक गाढा विश्वास आहे. हा विश्वास आहे, त्याची दहशत नाही. याच विश्वासानं तो म्हणतो,

'कुशीमध्ये त्याच्या जावे
मिठीमधे त्याला घ्यावे
शोधतात विरुनी जावे
सर्व नाशवंत'

मी चक्रावतो कुठे ? तर वरच्या ओळी लिहिणाराच सुधीर जेव्हा लिहितो,

'जगण्यासाठी आधाराची खरंच गरज असते का ?'

तेव्हा मी चक्रावतो. हाच सुधीर देवाच्या कुशीत जाता जाता त्याच्यावरच एके ठिकाणी आरोप करतो,

सुधीर मोघे । ७५

'देव दगड आंधळा.
नाही दया ना जिव्हाळा,
देव दगड आंधळा.'

काळाबद्दलही सुधीरला खूप काही म्हणायचं आहे. काळ जखमा करतो, फुंकरही घालतो. यातना देता देता यातना विसरण्याची शक्तीपण देतो. हे सगळं करताना काळ स्थिर व्हायला तयार नाही. तो धावतोय.
मग माणसानं काय करायचं ?
एकच करता येण्यासारखं आहे.

'काळ धावं म्होरं, जनू वाघ लागे पाठी
तेच्या जोडीनं धावणं, हेच माणसाच्या हाती'

या ओळी वाचल्याबरोबर पटकन वाटलं, की सुधीरनं आपल्या भावी आत्मनिवेदनाचं एक प्रकरणच एका ओळीत लिहून टाकलंय. आत्मचरित्राच्या भानगडीत तो निश्चित पडणार नाही. मला सुधीर जितका समजला आहे त्याच्या आधारावर हे विधान मी करीत नसून, तो मला जितका समजला नाही त्याच आधारावर मी हे लिहितोय.
तो सतत धावतोय; वेळापत्रकाची जशी रेल्वेला दखल नाही, तशीच ती या प्रवाशालाही नाही. तो काळाबरोबरच धावतोय.
तीनशे पासष्ठाच्या मापातच बोलायचं झालं तर, सुधीरच्या प्रवासाचा हा केवळ प्रारंभ आहे. एवढ्या प्रारंभी त्याला 'नियती,' 'काळ' या भगव्या रंगाची चाहूल का लागावी ?
स्वतःच्या समाधानासाठी सूत्र शोधायचं, 'हे असं का ?' या कुतूहलातूनच भावविश्व जन्माला येतं. या प्रश्नाचा शोध हेच काव्य.
सुधीरचे वडील राम गणेश मोघे हे मूळ उत्तम कीर्तनकार म्हटल्यावर, एक सार्थ आणि तरीही निरर्थक आनंद झाला, सूत्र सापडल्याचा. 'निरर्थक' का म्हणायचं ? कारण कधी कधी खरोखरच वाटतं, वडीलोपार्जित इस्टेटीप्रमाणे संस्कार नावावर मांडून ठेवून भागतं का ?
कारण सुधीर केवळ 'भगवा'च रंग घेऊन आलेला नाही.

नाहूनिया उभी मी, सुकवीत केस ओले

वेड्या मुशाफिराने त्याचेच गीत केले.
तो हे लिहू शकतो.
आणि—

ऐन लावण्याचा भर
ओठ मऊ ओलसर
जागजागी दंश त्यानं केला ग
— इतका तो ओल्या ओठांसारखा हळुवारही होतो.
यांतला कोणता सुधीर खरा ?
कोणता खोटा ? देवाच्या कुशीत धावणारा, की त्याला दगड म्हणणारा ?
याचा रंग कुठला ? भगवा की गुलाबी ?
जाऊ दे.

सगळं सगळं आपल्याला समजलं पाह्यजे का ? आइनस्टाइननं रिलेटिव्हिटीचा शोध लावला म्हणजे काय केलं हे आपल्याला समजलं का ? ॲटॉमिक एनर्जी म्हणजे नक्की काय हे आपल्याला सांगता येईल का ?
मग सुधीरचा मूळ रंग कुठला हे कळलं वा न कळलं किंवा कळावं हा अट्टाहास तरी का ?
आपल्याला स्वत:चा रंग तरी समजलाय का ?
आपल्याला कविता हा प्रकार आवडतो. फारसा समजत नसताना आवडतो.
इथं कविता सापडली. कवी निसटतोय. तो सापडणार नाही. 'एका ठिकाणी गुंतणारा' तो मित्र नाही.
म्हणूनच त्याला कवितेचं पुस्तकही काढायचं नव्हतं. कवितासंग्रह काढणं म्हणजे 'नाळ तोडणं' असं तो म्हणतो. तरीही त्याला नकळत, झोपेतच वासुदेव बळवंताप्रमाणे गिरफदार केलं ते रवि बेहेरे या डॅनिअलनं. अंगभर पांघरूण घेऊन चेहराही लपवून वासुदेव बळवंत झोपले होते. पण पांघरूणाबाहेर अनवधानानं आलेल्या तळपत्या तलवारीच्या पात्यानं घोटाळा केला.
सुधीरची कवितेची धारदार पात अशीच अनवधानानं, रवीनं हेरली.
सुधीर झकासपैकी गिरफदार झाला. खाणाखुणा न ठेवता त्याला प्रवास करायचा होता. पक्ष्याप्रमाणे ! शेवटी धडपड म्हणून त्यानं संग्रहाचं नाव तेवढ्यासाठी 'पक्ष्यांचे ठसे' ठेवले आहे. पण ही कैद मोठी मजेची आहे. कायम पॅरोलवर सोडणारी ही कैद आहे...
पुस्तकात कैद झालेला सुधीर हा दशदिशांनाच नव्हे तर, अवकाशातही विहार

करणार आहे आणि अनेकांच्या मनांत पुन्हा कैद होणार आहे. सुधीर जरी असं म्हणाला,

'मित्रा, एका जागी नाही असे फार थांबायचे,
नाही गुंतून जायचे
नाही गुंतून जायचे.'

तरी मी त्याला माझ्या वेड्यावाकुड्या शब्दांत सांगेन

'मित्रा, जगावर असे नाही रुसायचे,
नाही उडून जायचे.'

नेरुरकर

माणसाचं मन फार विचित्र असतं. रेल्वे
अपघातात मरणं, भाजून अथवा बुडून मरणं,
या तऱ्हेच्या दुर्घटना त्याला, दूरवरच्या,
अनोखी माणसाच्या संदर्भातच शक्य वाटतात.
स्वत:च्या नात्यातल्या, ओळखीच्या व्यक्तींच्या
बाबतीत काही अघटित घडू शकतं, असं त्याला
वाटतच नाही.
माझं तसंच झालं.
नानांना हे असलं मरण ?
बिल्डिंग कोसळून ?

याच इमारतीत त्यांचं घरकुल बहरलं, नावारूपाला आलं, आणि तेच असं कोसळावं ? खरं तर हे मरणच नव्हे. हा नियतीनं केलेला नानांचा खून आहे. नैसर्गिक मरण, असा योग कुंडलीत लिहून नानांना सरळ नेणं यमालाही शक्य नव्हतं. नानांनी त्यांच्या करड्या आवाजात, काउंटरवरून "काय हवंय—" असं जरी हटकलं असतं, तरी नुसतीच पुस्तकं चाळायला येणारं, छबिलदास शाळेतलं पोरगं जसं पळत सुटतं, तशीच अवस्था प्रत्यक्ष मृत्यूची झाली असती !
छबिलदासमधलं पोरगंच कशाला ? परवा परवापर्यंत मीसुद्धा, नाना काऊण्टरवर दिसले तर तो काऊण्टर टाळून पुढे जात असे. कांता किंवा छोटूशेट दिसेतो मला 'ऊर्ध्व' लागलेला असे. नानांची करडी नजर केवळ दुकानाच्या तीन काऊण्टर्सवरच थांबत नसे, तर अख्ख्या छबिलदास रोडवर त्यांची सुपरव्हिजन चालली आहे, असं वाटायचं. कोणत्याही शाळेचा प्रिन्सिपॉल शोभणारा हा माणूस, दुकानाच्या काऊण्टरवर पाह्यल्यावर 'रॉंग नंबर' लागल्यासारखं वाटत असे. मोकळेपणी हसताना मी त्यांना क्वचितच पाह्यलं.

डिक्शनरी ते ज्ञानेश्वरी, सारख्याच स्थितप्रज्ञ भावनेनं विकणारे ते 'आयडियल नेरूरकर' होते.
यशाचं शिखर गाठलेल्या प्रत्येक माणसाचा भूतकाळ जसा असतो तसाच भूतकाळ नानांनीही पार केला होता. त्या काळाला भूतकाळ म्हणणं चुकीचं आहे. 'कष्टकाळ' हेच त्याचं खरं नाव. कोणतीही जिगर नसलेल्यांचा 'भूतकाळ' असतो. तशा कष्टकाळाची सुरुवात नानांच्या बाबतीत कुठे व्हावी ?
तर कोकणात.
जन्म कुठं घ्यायचा हे माणसाच्या हातांत नसतं. नानांसारख्या व्यवहारी माणसानं, 'दक्षिण कोकण, मुक्काम पेंडूर...' असं ब्रह्मदेवानं पुकारताच, न खपणाऱ्या पुस्तकावर फुली मारून एजंटला परत घालवतात, तसं फुली मारून, कर्त्याकरवित्यालाही परत पाठवलं असतं.
पेंडूर हे काय गाव आहे ?
खुद्द परमेश्वरानंही अवतार घेण्यासाठी असलं गाव निवडलं असतं काय ? तर, अशा गावी नानांचा 'बालपणीचा काळ...' सुरू झाला. 'सुखाचा' हा शब्द मी मुद्दाम टाळला आहे. कारण तो तसा मुळीच नव्हता. दोन वेळच्या जेवणाची भ्रांत, कष्ट करायची तयारी असूनही ते आव्हान स्वीकारण्याची गावाची पात्रता नाही. खरं तर 'प' या अक्षरावर भेंडी चढू नये, एवढंच 'पेंडूर' या गावाचं कार्य. अशा या पेंडूर गावाच्या जवळ 'नेरूर' गाव होतं. या गावी नानांचे वडील मायबाप सरकारसाठी 'सारा' वसूल करण्याचं काम करीत होते; कुटुंबाची कशीतरी

गुजराण करीत होते. अशा हालअपेष्टांतसुद्धा हे कुटुंब तग धरून आहे म्हटल्यावर, नियतीनं आणखी एक न पेलणारा आघात केला. नानांच्या वडीलांचा अकस्मात मृत्यू. कुटुंबाचा कणाच मोडला. एखाद्यानं अशा परिस्थितीत घरातलं देवघर 'कृष्णार्पण' केलं असतं; पण श्रद्धावंत नानांनी पुन: धाव घेतली ती कलेश्वराकडेच. त्यांच्या दैवताकडे कौल मिळाला आणि १९३३मध्ये नानांनी कोकण सोडलं आणि 'हसणं म्हणजे वेळेचा अपव्यय' मानणाऱ्या पुण्यात ते नोकरीला राह्यले. पण लवकरच त्यांनी मुंबईची वाट धरली आणि ते चांगलंच झालं.

पुण्यात, अमाप कष्ट करीत हयात घालवली तरी अखेरीस माणूस काय मिळवतो ? म्हणजे नानांनी काय मिळवलं असतं ?- कारण मी १९३३ सालच्या पुण्याबद्दल लिहितोय. सध्याच्या नव्हे.

सध्याचं पुणं झपाट्यानं मुंबईकडे वाटचाल करीत आहे. पुणेरी टांगेवाला इतिहासजमा झाला. रस्ते डांबरी झाले. त्यामुळे म्युनिसिपालिटीची पाणी शिंपडत जाणारी मोटार आता पुन: दिसायची नाही, चौकाचौकातून आता इलेक्ट्रिकचे सिग्नल आले. पाच-पाच, सहा-सहा मजली इमारतींनी वाड्यांवर अतिक्रमण केलं. हॉटेल्सची शान तर एवढी वाढली आहे की, आपण 'अप्पा बळवंत चौकात' आहोत की वरळी, जुहू, 'गेटवे' इथं कुठंतरी, याचा पत्ता लागणार नाही. आता शेणानं सारवलेलं अंगण नाही, सडा नाही, रांगोळ्या नाहीत. पुण्याला दुकानांतल्या शोकेसमध्ये मी जेव्हा तंग पुतळ्यावर चढवलेल्या 'स्मार्ट लुक्,' 'क्यूट लुक्' टाईप ब्रेसियर्स पाहिल्या त्या दिवशीच, चौकात दोन मिनिटं शांतता पाळून भावांजली वाहून मोकळा झालो. 'नारायण गारद्यांच्या गर्दीत मारला गेला' असं विधान राघोबादादांनी केल्याचं आठवतं. पुणं फक्त कोणत्या गर्दीत मारलं गेलं हे समजणं, शोधणं अशक्य आहे.

पुण्यातले दुकानदारही बदलले आहेत. 'मांडून ठेवा' या शब्दांनी त्यांना हार्ट ॲटॅक येत नाही. पण त्या काळातली गोष्ट निराळी होती. 'अपमान होतो ना, मग उधार का मागता ?'- ही पाटी नसेल तर कलेक्टरकडून दुकानाचं लायसन्स मिळत नसे ! अशा काळात नाना पुण्यात स्थायिक होते तर, एव्हाना एखाद्या पेठेत वाडा बांधून, रात्री दहानंतर दिवे कोण जाळतो, नळ सुटे कोण ठेवतो, मधल्या चौकात सायकली कोण ठेवतो, याची यादी करीत, उघड्या अंगानं चौकातल्या चौकात फिरताना दिसले असते. अप्पा बळवंत चौकात एखादं दुकान, जिथं पुस्तकांच्या संख्येपेक्षा जास्त संख्या पाट्यांची, 'कामाशिवाय बसू नका'...वगैरे वगैरे...या दिनक्रमात ते अडकले असते आणि तमाम पुणेकरांप्रमाणे कायम स्वत:वर खुश राह्यले असते.

पण, कष्ट करणारा माणूस नेहमी, जास्तीचे कष्ट कुठे करावे लागतील अशा

व्यवसायाच्या आणि प्रांताच्या शोधात असतो; म्हणूनच राबणाऱ्या माणसाला मुंबईसारखं गाव नाही. मुंबईत माणसाच्या सगळ्या आशाआकांक्षांना, इंद्रियांना आणि कर्तृत्वाला 'दमलो' म्हणायची पाळी येईल, एवढा वाव आहे. 'अनंत हस्ते कमलावराने, देता किती 'कष्टवशील' दो करांनी,' असा थोडासा फरक करावासा वाटतो, तो मुंबईतच. इथं फक्त पुणेकरांप्रमाणे 'अठरा तास घाम गाळतोय' असं विधान करता येत नाही. कारण, हे व्याज इथं चक्रवाढाप्रमाणे आणि तेही मुद्दल न गुंतवता मिळतं. घामाचं नातं कष्टांशी जोडता येणार नाही एवढा एकच शाप या शहराला आहे.

अशा शहरात १९३३-३४ साली नाना आले आणि त्यांनी समर्थ बुक डेपोत नोकरी धरली. सात-आठ महिन्यांनंतर ती नोकरी सोडून त्यांनी अवधूत बुक डेपोत नोकरी धरली. त्याच दुकानाची ठाण्यात दुसरी शाखा होती. पुस्तक विक्रीच्या व्यवसायात नानांचं मन रमतंय असं पाहून, मालकांनी नानांना ठाण्याचं दुकान चालवायला दिलं आणि कालांतरानं काही मोजक्या, नाममात्र किंमतीला ते दुकान नानांनाच विकून टाकलं. शब्दावर विश्वास ठेवला जाण्याचा तो काळ होता; म्हणूनच 'आज रोख, उद्या उधार' अशा पाट्या जरी व्यवहाराच्या पातळीवर ठिकठिकाणी झळकायच्या, तरी माणुसकीच्या जगाचा कारभार उधारीवरच चालला होता. प्रेम आणि स्नेह एवढ्यासाठीच रोखीचा मामला होता. नानांनी दुकानाचं 'अवधूत बुक डेपो' हे नाव बदलून, 'ठाणे बुक डेपो' हे ठाणेकरांना जवळचं वाटणारं नाव दिलं; आणि स्वतंत्र व्यवसायाची नांदी म्हणून ठाण्यात ते 'मालक' आणि 'दुकानदार' झाले. दुकानदारीतली गोम आणि मूलमंत्र सापडल्यावर, खरेदीविक्रीचं तंत्र साधायला काय वेळ लागतो ? त्या हिंमतीवर नानांनी परळला, कामगारवस्तीत आणखीन एक दुकान थाटलं आणि मंत्रतंत्राच्या सिद्धीवर, नेरुर गाव सोडताना दिडकी खिशात नसलेला हा माणूस 'यंत्रासारखा' राबू लागला. चक्क 'मुंबैकर' झाला.

दिवसभर ठाण्याला काम करायचं, पुस्तकाच्या ऑर्डर्स मिळवायच्या, संध्याकाळी गिरगावात जाऊन गठ्ठे बांधून ठेवायचे, मग दादरला यायचं. सकाळी प्रथम गठ्ठे आणायला गिरगाव. आणि तेथून थेट ठाणे. चाल चाल चालायचं. त्या काळी खूप चालणं याला 'रखडणं' असा रोखठोक शब्द होता. 'पदयात्रा' ही डिग्री मिळायची होती. 'हाकेवर तर आहे' असं म्हणत मैल न् मैल चालून टांग्याचे दोन आणे वाचवणारी जी एक पिढी पुण्यात होती, त्या पिढीकडूनच नानांनी 'पदयात्रेचा' डिप्लोमा मिळवला होता. तो इथं उपयोगी पडत होता.

एवढ्यावर नाना थांबले असते तर ?

अर्थात् या प्रश्नात काही अर्थ नाही. मधेच थांबणारा माणूस मुळात प्रारंभच करत

नाही. 'क' कष्टातला हे ज्यांनी गिरवलं आहे, त्या माणसांचा प्रवास सावलीपाशी संपतो. पण 'क' कष्टातला हे ज्यांना न गिरवता समजलंय, त्यांचा प्रवास सावलीपाशी नव्यानं सुरू होतो.

म्हणूनच 'परळ' आणि 'ठाणे' या सरस्वतीच्या दरबारात मुजऱ्यासाठी खेपा करता-करताच, दादरला आपली 'गादी' हवी या विचारानं नानांना झपाटलं होतं. मुंबादेवी या कष्ट करणाऱ्यावर प्रसन्न होती आणि केवळ चारपाच वर्षांच्या अवधीतच नानांनी 'दादरचा तोरणा' सर केला. छबिलदास शाळेसमोर 'आयडियल'चं निशाण लागलं. परळ आणि ठाणे ही दोन्ही राज्यं नानांनी खालसा केली. आणि दादरकरांना एक करडा, कडक पण शिस्तप्रिय दुकानदार, घड्याळ लावावं त्याप्रमाणे ठराविक वेळेला जातायेताना आणि काऊण्टरवर दिसायला लागला. नानांच्या बाबतीत 'क'च्या बाराखडीतील दोन्ही विशेषणं मी योजून वापरीत आहे. कारण, खूप मोकळ्या गप्पा वा दिलखुलास हसणं या दोन्ही गोष्टी मी त्यांच्या संदर्भात पाह्यल्या नाहीत. 'वसंत पुरुषोत्तम' तर सोडाच; पण प्रत्यक्ष 'राम गणेश...' जरी त्यांच्या 'एकच प्याला'च्या प्रती आल्या आहेत का याची चौकशी करायला गेले असते, तरी नाना त्याच पद्धतीनं, तशाच आवाजात बोलले असते. 'एकच प्याला' घेणं तर सोडाच, पण नानांनी ते वाचलंही नसल्यामुळे राम गणेशांचा 'पुण्यप्रभाव' काय पडणार ? नानांना वाचनाचा छंद मुळीच नव्हता. त्यांनी पुस्तकं हा हा म्हणता संपवली ती 'विकून;' 'वाचून' नव्हे. म्हणूनच नानांसारखी माणसं जेव्हा तीन-तीन दुकानं थाटतात, तेव्हा 'सरस्वतीची' सेवा लिहून करणारे वसंत पुरुषोत्तम इन्क्रिमेंटची वाट पाहात असतात !

केवळ पुस्तकांचं दुकान काढून नाना थांबले नाहीत. त्यांनी स्टेशनरीची शाखा उघडली. मुलांना व्यवसायात अडकवलं. 'पेच' आणि 'डावपेच' शिकवले. 'हुकमत' गाजवता-गाजवता 'हिकमती' सांगितल्या. 'कामाशिवाय थांबू नका' अशा पाट्या न लावता, काम संपताच गिऱ्हाईकाला कसं कटवायचं याचे कानमंत्र दिले. तेही प्रत्यक्ष 'करी शस्त्र न धरी' या बाण्यानं ! आणि या सर्व व्यापात 'नेरुर' गावाचं विस्मरण झालेलं नव्हतं. लहानपणी शिक्षणाची आबाळ झालेली, त्याचं शल्य कुठंतरी ठसठसत होतंच. स्वत:च्या गावात आपली शिक्षणाअभावी जी कुचंबणा झाली ती पुढच्या पिढीची होऊ नये म्हणून, 'नेरुर' गावी नानांनी वडीलांच्या स्मरणार्थ 'गणेश विद्यालय' नावाची शाळा बांधली. ज्ञानाचा प्रसार, पुस्तकं विकून त्यांनी केलाच होता. पण ज्या पुस्तकांच्या अंतरंगाचा ठाव घेण्याची स्वत:ला संधी मिळाली नव्हती; ती इतरांना मिळावी म्हणून, ज्ञानदानाचं कार्य करणारी वास्तूच त्यांनी गावाला बांधून द्यावी यापेक्षा 'आयडियल' आणखीन काय असू शकेल ?

एवढा स्वार्थ-परमार्थ सगळं साधलं. व्यवसाय आणि मुलांचे संसार मार्गी नव्हे तर, राजमार्गी लावले. आता हातात माळ यायला काय हरकत होती ?...

पण नाहीच.

अजूनही, दिवसातले झोपेचे तास सोडले तर, नाना 'पुस्तक पंढरी'चीच वारी उरलेल्या तासांत करीत होते. वयाच्या चौऱ्याहत्तराव्या वर्षीही सकाळपासून रात्रीपर्यंतचा दिनचर्य, शिस्त, कष्ट, वात्सल्य आणि भक्ती यांत सारखा विभागलेला होता. घर, दुकान, नातेवाईक आणि देऊळ या कार्यक्रमात आजवर डॉक्टर, दवाखाना, केमिस्ट आणि औषध यांना जागाच नव्हती. आवाज खणखणीत, प्रकृती ठणठणीत आणि व्यवसाय दणदणीत.

नाना, तुम्हाला फसवून, मृत्यूनं तुम्हाला गाठलं हा त्याचा पराभव आहे. तुमचा नाही. तुमच्या आत्म्याला शांती मिळो अशी मुद्दाम प्रार्थना करायचं कारण आहे का ?- तुम्हाला शांती मिळणार नसेल तर कुणाला मिळणार ? तुमच्या कर्तृत्वाची द्वारका केवळ एका खांबावर उभी नाही. गणेश, सदानंद, वामन आणि शंकर हे चार भरभक्कम आधार तुम्ही तुमच्या कुटुंबाला आणि नेकीनं उभारलेल्या व्यवसायाला दिलेले आहेत.

'आयडियल' शब्दाचा अर्थ पेलू शकणारी ही मुलं.

त्यांच्या कर्तबगारीवर, विश्वासावर शांत राहा.

तुम्हाला विश्रांतीची फार गरज होती.

✿✿

राजदत्त

दोन घंटा झालेल्या असतात. रंगीत नाटक
असेल तर ऑर्गनचा सूर प्रेक्षागृहात कानाशी
गुणगुणायला लागतो. तबला लावतानाचे
परिचित आवाज कानावर पडतात. षड्ज
बदलला जातो. दुसऱ्या तबल्याची मनधरणी
सुरू होते.

मखमली पडदा आणि रंगमंच यांच्या फटीतून
कलावंतांच्या पावलांच्या अधीर हालचाली
दिसतात आणि आवाजही कानावर अस्पष्टपणे
येतात. क्वचित कधी हलक्या आवाजातल्या

सूचनाही.
मग नारळ फोडल्याचा आवाज.
नंतर अनाउन्समेंट्स—
''रंगदेवता आणि रसिक प्रेक्षकांना अभिवादन करून...''
पडदा दूर होतो.
आणि एवढा वेळ प्रेक्षागारातच, दहा रुपयेवाल्या आणि पाच किंवा सात रुपयेवाल्या प्रवेशद्वारांच्या मधल्या जागेत, डाव्या किंवा उजव्या भिंतीलगतच्या गँगवेमधे उभा असलेला एक कलावंत पुढे येतो.
दबा धरून बसलेल्या चित्त्याप्रमाणे त्याच्या सगळ्या हालचाली सुरू होतात.
ऐकणं, पाहणं, हेरणं, जागा धरणं, किरण साधणं आणि झेपावणं.
हे मग सतत 'प्रभुपदास नमित दास'पासून 'धेनु पयोदा असोत, वसुधा तृणधान्या देवो'पर्यंत.
कोणत्याही 'शुभारंभाच्या' ते 'शंभरी-हजारी' प्रयोगाच्या नाटकाची तिसरी घंटा या कलावंताच्या उपस्थितीशिवाय होणार नाही.
कुरळे केस, निमगोरा रंग, प्रमाणात हुकमात ठेवलेली मिशी, धैर्यधरासारखी चाल, कोणताही सीझन असला तरी पँट, शर्ट, टाय हा वेष, चष्म्यातूनही न लपणारी तीक्ष्ण नजर, असा हा प्राणी, प्रयोग संपेपर्यंत विजेसारखा झेपावत असतो.
ज्या क्षणी एखाद्या मर्मज्ञ रसिकाची खळखळून दाद जाते, त्याच क्षणाची पारध यानं पण केलेली असते. तेवढा एक क्षण उजळून टाकून तो पुन्हा चुपचाप कुठंतरी कोपरा पकडतो...पुढचा क्षण टिपण्यासाठी.
आश्विनशेठला एका सुदिनी, रमाकांतासमोर, 'कर हा करी' घेताना देवळात कुणी नाही असं वाटलं होतं, पण एखाद्या खोडकर मुलाप्रमाणे हा एका खांबाआड लपलेला होता.
'मूर्तिमंत भीती'नं ग्रासलेली शारदेची मूर्ती यानंच हळुवारपणानं टिपली.
सुधारकरानं दारू सोडल्याची शपथ सिंधूप्रमाणेच यालाही साक्ष ठेवून घेतली.
'अंगे भिजली जलधारांनी'मधला सूचक शृंगार जसा याच्यासमोर भिजला, तसाच आधुनिक नाटकातला अंधारयोजनेतला बलात्कारही याच्या उपस्थितीशिवाय पूर्ण झाला नाही.
हाच तो श्रेयनामावलीत नसलेला कलावंत, राजदत्त.
गेली बारा वर्षं मी त्याला जवळून बघतोय्. या कालावधीतले अनेक क्षण त्यानं माझ्यासाठी अमर करून ठेवले आहेत.
माझ्या वास्तूमधील एक भलामोठा कप्पा जसा या माणसानं कायमचा अडवलेला

आहे, तसाच मनाचा एक कोपराही. अल्बममधले फोटो ज्याप्रमाणे पारदर्शक कॉर्नर्स पकडून ठेवतात, फोटो सरकू देत नाहीत आणि स्वत:चं अस्तित्व दर्शवीत नाहीत, तसं या माणसानं मला पकडून ठेवलेलं आहे.

राजदत्त या व्यक्तीबद्दल गेल्या बारा वर्षांनी मला काय काय सांगितलं ?

कॅमेऱ्यात व्यक्ती पकडणं कितीतरी सोपं, पण शब्दांत तीच व्यक्ती पकडणं अवघड नव्हे तर, जवळजवळ अशक्य, हे प्रथम सांगितलं. कारण राजदत्तचा कॅमेरा टिपू शकणार नाही एवढ्या निरनिराळ्या प्रतिमा, याच माणसाच्या मी टिपल्या आहेत; आणि तरीही प्रत्येक वेळी तो निसटला आहे. ज्या प्रतिमांमधे राजदत्त सापडला असं मला जाणवलंय, त्या प्रतिमांपुरतंच लिहितो.

पहिल्यावहिल्या प्रतिमेत मला तो एक कर्मयोगीच वाटला आहे. कर्मयोग्याची शास्त्रशुद्ध व्याख्या मी सांगू शकणार नाही. माझा तो अधिकारही नाही. सगळ्याच विषयांत मी वर्गात न जाता नुसता दारातून डोकावीत पुढे सटकलो, तसाच अध्यात्म विषयातही. कारण वर्गात बसणं म्हणजे ऐकणं, नोट्स काढणं, लक्ष देणं, हात वर करून उत्तर देणं...थोडक्यात म्हणजे, शिस्त आली. जिथं शिस्त, तिथं अस्मादिक 'गिरगावाला टांग मारुनी' जाणाऱ्या ट्रॅमसारखे सटकत असत. या नेमात मी आजतागायत बदल केलेला नाही. (या सातत्याबद्दल कुणी सत्कार वगैरे करणार असाल, तर आजच सांगा. राजदत्तला तारीख द्यायला हवी, त्याप्रमाणे.) तारखेवरून आठवलं—राजदत्तला एकदा तारीख आणि वेळ दिली की आपण सुस्कारा सोडायला हरकत नाही. यमदूत एक वेळ उशिरा येईल, पण 'राजदूत' वेळ चुकवणार नाही. उपमा तेवढी प्रसन्न नाही, याची जाणीव आहे. पण एवढी चपखल दुसरी अस्तित्वात नाही. इथं दस्तुरखुद्द मजबूर आहेत.

राजदत्तला मी कर्मयोगी म्हणतोय् ते याच संदर्भात. एन्लार्ज केलेला फोटो जसा इतर अनेक फोटोंमधून प्रथम दिसतो, तसा राजदत्तच्या अनेक फोटोंमधून त्याचा हाच फोटो मला प्रथम दिसतो. वेळेच्या संदर्भातला. कॅमेऱ्याचं शटर कोणत्या प्रसंगी, कोणत्या उजेडात, कोणत्या फिल्मसाठी किती वेळ उघडं ठेवायचं एवढंच या तंत्रज्ञानं ओळखलेलं नाही; तर संपूर्ण छायाचित्रणाचं मर्म 'वेळ' हे आहे, हे या माणसानं जाणलं.

हे सर्वच छायाचित्रकार जाणतात;

पण—

राजदत्तनं वेळ हे जीविताचं बोधवाक्य बनवलं. कॅमेऱ्याच्या शटरपुरतीच ज्यांनी वेळ सांभाळली ते गल्लोगल्ली पाच रुपयांत तीन पोझेस देत-घेत बसले. राजदत्त यापलीकडे गेला तो 'वेळ' जिंकत गेला म्हणून. तो 'वेळेच्या' आधीन झालेला नाही. त्यानं 'वेळ' हातात ठेवली.

आणि 'वेळ' हातात ठेवणाऱ्या माणसाला 'कर्मयोगी' म्हणायचं नाही तर काय म्हणायचं ?
ज्यानं वेळ सांभाळली त्यानं नकळत सगळं आयुष्यच सांभाळलं. व्यवसाय सांभाळला. असंख्य माणसं सांभाळली. वेळ सांभाळणं म्हणजेच विश्वास मिळवणं, सुरक्षिततेची हमी देणं. माणसं माणसांच्या जवळ येतात ती विश्वासापोटी, सुरक्षिततेसाठी. राजदत्तनं फक्त वेळ सांभाळली आणि यशस्वी जगण्याच्या मागचं रहस्य ओळखून, ते आत्मसात केलं.
वेळ सांभाळायचं ठरवलं म्हणजे काय काय द्यावं लागतं आयुष्यातलं !
वैयक्तिक, शारीरिक, मानसिक, आर्थिक या विविध स्तरांवरचे सगळे आनंद सोडावे लागतात. हे आनंद सोडायचे म्हणजे चेष्टा नव्हे. त्यासाठी फार मोठ्या निग्रहाची, संयमाची गरज असते. राजदत्त त्या बाबतीत 'पुरुषोत्तम' ठरला आहे. अर्थात 'पुरुषोत्तम' पदवी रातोरात मिळत नाही. त्याची आखणी फार लवकर करावी लागते.
प्रवासाची तयारी गाडीत बसल्यावर करायची नसते. प्रवासाचा संकल्प सोडण्याच्या क्षणापासून तयारीचा प्रारंभ करायचा असतो.
फोटोग्राफरचं आयुष्य स्वीकारायचं ठरवल्यावर, कॅमेरा व डार्करूमपेक्षाही महत्त्वाचं काय काय लागतं याचा विचार त्यानं सुरू केला.
सर्वात प्रथम चांगलं शरीर हवं. अनियमित जीवनक्रम, कधीही जेवणं, केव्हाही झोपणं, धावपळ, दगदग हे या व्यवसायाचे स्थायी भाव. या धकाधकीत टिकणारं शरीर हवं. त्यासाठी राजदत्तचा व्यायाम सुरू झाला.
राजदत्तची वाणी सदोष होती. जीभ मधेच बैठा संप पुकारीत असे—रेकॉर्डमधे पिन् अडकते त्याप्रमाणे. सकाळ-संध्याकाळ त्यासाठी प्राणायामापासून अन्य व्यायाम करून राजदत्तनं त्यावरही मात केली.
चार माणसांत वावरताना चालीरीती, मॅनर्स यांचा नुसता अभ्यास न करता त्यांचं आचरण सुरू केलं. निरनिराळ्या स्तरांतल्या लोकांत वावरताना, अंगावरच्या कपड्यांवरून माणसाची पारख केली जाते. यातलं मर्म हेरून राजदत्त प्रथम पेहरावाबाबत दक्ष राहू लागला. माझ्या आठवणींत मी त्यांना एकदाही बेंगरूळ कपड्यांत जसं पाहिलं नाही त्याचप्रमाणे खांदे टाकून, पोक काढून चालता-बसतानाही पाह्यलं नाही.
क्रमाक्रमानं व्यवसायासाठी हव्या असलेल्या गोष्टी राजदत्तनं अशाच कमावल्या. शरीर, मन, सवयी, चालीरीती या प्रत्येकासाठी तो झिजला; आणि या सर्व गोष्टींची आराधना-साधना करतानाच त्या गोष्टी त्याचा धर्म कधी बनून गेल्या, हे त्यालाही समजलं नाही. म्हणूनच सर्वत्र सांभाळून वावरताना, या बंधनांचं ओझं

त्याच्या पायांवर पडल्याचं जाणवत नाही.
तो जसा पेहरावाबद्दल काटेकोर आहे, तितकाच काटेकोर बोलण्या-वावरण्याबद्दल आहे. नाटक मंडळींत गेली अनेक वर्षं वावरूनही तो त्यांच्यापेक्षा निराळा आहे. स्वत:भोवती एक अलिप्त पण तुसडा वा माणूसघाणा नव्हे, असा कोश घेऊन तो वावरतो. त्याला उच्छृंखलपणा मंजूर नाही. स्त्रीपुरुषांच्या मोकळ्या हसण्या-बोलण्याची त्याला ॲलर्जी नाही. शेकहँड अथवा मैत्रीनं पाठीवर कुणी थाप मारलीच तर पाठीवर पाल पडल्यासारखं त्याला वाटत नाही. पण त्याच वेळेला त्यातला बाजारीपणा याला खपत नाही. एका जवळच्या मित्रा-मित्रांत झालेल्या ड्रिंकपार्टीत तो हजर होता. तिथं जाणूनबुजून मोकळेपणाचं प्रदर्शन करणाऱ्या मित्रावर तो नाराज झाला होता. या पार्टीत आपण का आलो हा भाव त्याच्या चेहऱ्यावर मला स्पष्ट जाणवला.
नंतर केव्हातरी तो म्हणाला,
"मला मोकळा वेळ मिळत नाही. त्यामुळे मुद्दाम जेव्हा मी असा वेळ शोधतो तेव्हा, तो चांगलाच गेला पाहिजे याबद्दल मी दक्ष असतो."
राजदत्त माझ्याजवळ आला तो त्याच्या याच मनोधर्मामुळं. 'The man behind the machine is always important.' या वचनातली सत्यता मला राजदत्तकडे पाहूनच पटली. आपण चांगल्या हातांत पडलो असं केवळ सौ. इंदू चेंदवणकरलाच वाटलं असेल असं नाही, तर कॅमेरा आणि फ्लॅशगन्‌लाही असं अनेकदा वाटलं असेल.
कॅमेरा आणि फ्लॅशगन्‌लाच का पण ? संपूर्ण 'राजदत्त आर्टस्' स्टुडिओलाच तो स्वत:चा गौरव वाटत असेल. काही माणसांचं बोलणं ऐकल्यावर नियतीनं 'वाचा देणं' या शक्तीची उधळण केल्यासारखं वाटतं. अशा लोकांची वाचा काढून घेऊन ती शक्ती जर काही जड वस्तूंना दिली तर ?
तर—
मला वाटतं, राजदत्तला शब्दांत पकडता पकडता तो जिथं जिथं निसटत आहे, ती जागा स्टुडिओतल्या जड वस्तूंनी शब्दरूप केली असती. राजदत्त जेव्हा एकटाच त्या स्टुडिओत स्वत:ला कोंडून घेतो तेव्हा त्याच्या मनातली आंदोलनं, तिथले स्पॉट लाइट्स, फ्लड् लाइट्स, कॅमेरे आणि सुमारे चार-पाच लाख निगेटिव्हज्‌नी...
चार-पाच लाख हाच शब्द. मुद्रणदोष नव्हे. वयाच्या पंधराव्या वर्षापासून गेली पन्नास वर्षं हा माणूस छायाप्रकाशाच्या खेळात दंग आहे. अंधार आणि प्रकाश या दोनच अवस्थांतून काळ वाहतो आहे. अखंड. राजदत्तची दोस्तीही, व्यवसाय पत्करल्यापासून छायाप्रकाशाशी. खरं तर ही सोबत अखंड चार-पाच लाख हे

गणित मांडायचं ते चैतन्याचं जड रूप धारण केलं म्हणून. थक्क करणारी गोष्ट खरं म्हणजे दुसरीच आहे. या सर्व निगेटिव्ह्ज् राजदत्तनं जतन केल्या आहेत. नुसतं सांगितलं की 'राजदत्त, १६ नोव्हेंबर एकोणीसशे सत्तरला तुम्ही माझा फोटो काढला होतात' - तर राजदत्त चष्मा काढून तो पुसून पुन्हा नाकावर चढवीपर्यंत विजू पाठीशी येऊन नम्रपणे विचारील,

''काका, साहित्य संघात कथाकथन झालं तीच ना ही निगेटिव्ह ?'' शिस्तीनं बांधलेल्या...नव्हे, शिस्त हा आता ज्याचा धर्म झाला आहे अशाच माणसाला टेबलावरच्या काचेखाली पुढचं वाक्य लिहायचा अधिकार आहे— "You have no right to be in the business if you don't love it." राजदत्तच्या स्टुडिओत अशी बोधवाक्यं किंवा कधीतरी रोहिणीनं लिहिलेला एखादा 'शेर'ही आढळतो. एरवी, लावलेल्या पाट्या, बोधवचनं, यांचा गादीवरच्या, गल्ल्यावरच्या माणसाशी किती सुतराम संबंध नसतो, हे सांगायला नको. सगळीकडे 'जनहो, खादी वापरा.' आम्ही स्वत: टेरिकॉटमध्ये ! पुण्याच्या दुकानांतून तर, 'अपमान होतो ना, मग उधार का मागता ?'- ही पाटी नसेल तर शॉप इन्स्पेक्टर लायसेन्स देत नसत, असं म्हणतात. राजदत्तला ही पाटी लावण्यापेक्षा स्टुडिओ बंद करायला आवडेल.

फार मोठी अभिरुची, आयुष्याकडे बघण्याचा निरोगी दृष्टिकोन बाळगणारा हा एक चांगला स्नेही आहे. दिवसाचे अठरा-वीस तास व्यवसायासाठी राबत असतानाही, राजदत्तनं स्वत:चे काही क्षण ठेवलेले आहेत. त्यात सकाळचं फिरणं आहे, गेटवे ऑफ इंडियाजवळचं एक विशिष्ट हॉटेल आहे. या हॉटेलात बसल्यावर माणसांच्या अगोदर समुद्राच्या लाटा दिसू शकतात असं ते एक, नजरेत पटकन् न येणारं पण मनात भरणारं हॉटेल आहे. राजदत्तच ती खास जागा आहे. मतलबी जगाचे फटके विसरण्यासाठी तो इथे फेरफटका करतो. दिवसाकाठचे किंवा मधले काही क्षण जसे राजदत्तचे स्वत:चे आहेत, तसेच वर्षातले काही दिवस जपजाप्य, यासाठीही आहेत.

फोर्टमधल्याच एका विशिष्ट हॉटेलमधली बासुंदी, रबडी मागवण्यासाठीही या दैनंदिनीत जागा आहे. नव्या-जुन्या नाटकांचे क्षण जेव्हा खांद्यावरचा कॅमेरा टिपत असतो तेव्हा नाटकांची कथानकं राजदत्तचं मन टिपत असतं. अनेक नाटकं पाहून त्याच्या मनात एक नाट्यसमीक्षकही तयार झालेला आहे. माझी बरीच पुस्तकं त्यानं एका बैठकीत, एका ठरलेल्या हॉटेलात जाऊन वाचली आहेत. त्यानंतर तातडीनं—

'तुम्ही पुस्तकं लिहिता आणि मला वीस वीस रुपयांचा भुर्दंड घालता'— अशी उद्धार करणारी पत्रंही लिहिलेली आहेत.

या अशा पत्रांतून, कोणत्याही कॅमेऱ्याला टिपता येणार नाहीत असे अनेक प्रसंगही त्यानं मला कळवले आहेत. सहवासात आलेल्या मैत्रिणी असोत वा महाराज असोत, दोन्ही हकीकती फोटोइतक्या स्वच्छ तपशिलानं कळवल्या आहेत.

राजदत्तचं आयुष्य हे खरं तर न संपणाऱ्या एखाद्या ३५ मि. मि. फिल्मसारखंच आहे. तितकंच विपुल आणि विविध. अलीकडच्या ५ नंबरच्या फ्रेमवर प्रेतयात्रेचा फोटो असेल, व नंबर ६वर लगेच एखाद्या नाटकाच्या मुहूर्ताचा असेल. राजदत्त दोन्ही ठिकाणी कोऱ्या फ्रेमप्रमाणेच सामोरा जाऊ शकतो. नंबर फिरवला की तो कोरा. नवं टिपायला लख्ख. कोणतीही फ्रेम एकमेकात मिसळणार नाही, तशाच राजदत्तच्या चेहऱ्यावरच्या रेषाही.

त्या फिल्मप्रमाणेच अनेक कप्पे. मागच्या अनुभवानं, सुखदु:खानं भरलेले. पण डागळलेले नाहीत आणि पुढचे अद्यापि तारुण्यानं भरलेले, नवे अनुभव टिपायला टपलेले. राजदत्तनं हजारो माणसं जोडली. प्रत्येकाला वाटतं, राजदत्त आपला आहे. तो सर्वांचा असतोही, आणि जेव्हा तो अलिप्त व्हायचं ठरवतो तेव्हा, तो एकदम परकाही होतो हे मला त्याच्या स्टुडिओत गेल्यावरही जाणवलं आहे. त्यामुळे कोणत्या क्षणी राजदत्तच्या स्टुडिओतून बाहेर पडायचं हे मला लगेच समजतं. राजदत्त रस्त्यापर्यंत आवर्जून निरोप द्यायला येतो. “मला तेवढीच मोकळी, शुद्ध हवा मिळते-” असं तो म्हणतो.

मला ते पटतं. कारण, राजदत्तची व्यवसायाची जागा मात्र, त्याची अभिरुची, व्यक्तिमत्त्व आणि आविष्कार या दृष्टिकोनांतून त्याला शोभणारी नाही. ती फार लहान आहे. बाजूची अन्य व्यावसायिक मंडळी गलिच्छ आहेत. प्रवेशद्वारापाशीच एक विशिष्ट तऱ्हेचा वास मेंदूतील सर्व मज्जातंतू शिणवून टाकतो. पण उमद्या व्यक्तिमत्त्वाचा, हसरा राजदत्त आणि अभ्यागतांचं स्वागत करायला सिद्ध असलेला अख्खा स्टुडिओ तुम्हाला हे सगळं विसरायला लावतो. गुरुवार असेल तर उदबत्तीचा सुगंध, टवटवीत फुलं आणि खिडकीतल्या बशीतला पेढा तुम्हाला आणखी हळवं बनवतो.

पुढच्याच क्षणी डेव्हलप केलेला रोल, किंवा ताजी ताजी, ओली एन्लार्जमेंट्स घेऊन राजदत्त समोर उभा राहतो.

पाच-सहा, जे काय सांगितले असतील तेवढे फोटो आणि एक फोटो जास्तीचा. तुम्हाला न सांगता घेतलेला. तो फोटो म्हणजे खास ‘राजदत्त टच्’ असतो. त्या फोटोत तुम्ही कसे दिसता याला महत्त्व नसून, तुम्ही जसे असता, त्याचा तो फोटो असतो. तो फोटो पाहून तुम्ही चक्रावून जाता. गाफील क्षणी या माणसानं आपल्याला टिपलं याचा रागही तुम्हाला येत नाही. कारण राजदत्त, अरुण,

विजू, रोहिणी...नव्हे अख्खा 'राजदत्त आर्ट्स्' निरागसपणे हसत असतो. त्या 'राजदत्त टच्' फोटोच्या मागे 'With best compliments' असा राजदत्तच्या हस्ताक्षरातला सहीशिक्क्यानिशी मजकूर असतो.

त्याच मूडमधे तुम्ही स्टुडिओबाहेर येता. बरोबर राजदत्तही येतो.

आपल्याला वाटतं, राजदत्त निव्वळ आपल्यासाठी बाहेर आला आहे. तो आपल्याला शेकहँड करून निरोप देतो. पण त्याच्या डोक्यात त्याच वेळी पाण्यात भिजत पडलेली एन्लार्जमेंट्स असतात... 'प्रोहिबिशन'च्या कामासाठी विजूला पाठवावं की अरुणला, हा हिशोब चालू असतो. बरोबर सात वाजता सरकारी स्पर्धेसाठी 'रवींद्र'-वर जायचं असतं. जाता जाता महाराष्ट्र टाइम्सला चार कॉपीज द्यायच्या असतात आणि 'नाट्यसंपदा'चा अल्बम तयार ठेवायचा असतो...आपण पुन्हा मागे वळून पाहावं तर तो केव्हाच वळलेला असतो.

ताठ, पोक न काढता, खांदे न उतरता.

गोडे

‘माझी सनई नकली आहे, पण तिचा सूर मात्र’...हे वाक्य अर्ध्यावर राहतं, नव्हे ठेवलं जातं. आणि पुढच्याच क्षणी ते सच्चे सूर कानांवर पडतात. डोळे मिटावेत तर, आपण एका संगीत मैफलीला आलेले नसून, एखाद्या मंगलकार्यासाठी मांडवात आलो आहोत, इतकी फसवणूक व्हावी असा तो सनईचा सूर असतो. शेवटच्या रांगेपर्यंतची मैफल त्या स्वरांनी सालंकृत होते आणि टाळ्यांची फुलं उधळली जातात.

लग्नसोहळ्यात मुलीच्या बापाची भूमिका सनई बजावीत असते. मांगल्याबरोबर ते सूर करुण का वाटतात ? तर मुलीच्या बापाला मुलीच्या विरहाचं दुःख प्रकट करता येत नाही. त्याच्या डोळ्यांतलं पाणी सनईच्या रूपानं वाहात असतं.

मुळातच सनईच्या स्वराला ही परंपरा. सनई ही 'किराणा' घराण्याची नव्हे, तर 'करुण' घराण्याची. आणि इथली सनई तर तुम्हाला आणखीनच चक्रावून टाकणारी. स्टेजवर एक सात्त्विक वृत्तीचा, निर्व्याज चेहऱ्याचा, निमगोरा, तरतरीत गृहस्थ. हा गृहस्थ निर्व्याज खरा, पण तसा तो 'बारा मैफिलींचं' पाणी प्यायलेला. सनईच्या नकलेइतकीच समोरच्या मैफलीवर आपली हुकमत आहे, हे त्याच्या डोळ्यांत दिसतं. त्याची अशी ही हुकमत आहे, याची प्रचीती नंतर सातत्यानं दोन-अडीच तास येतच राहते.

गुडगुडी ओढताना दोन्ही हात ज्या पद्धतीनं तोंडावर धरले जातात, तत्सम पद्धतीनं हात ठेवून, खऱ्या सनईला मागं सारील असा नाकातून सूर ऐकल्यावर मैफल जी दाद देत राहते ती मास्टर कृष्णरावांचं लडिवाळ गाणं कानावर पडेतो. नम्रतेने नमस्कार करीत गोडे मैफलीचा निरोप घेतात, तेव्हा मैफलीला आपण केवढा प्रचंड फेरफटका करून आलो आहोत हे जाणवतं.

गजाननराव वाटव्यांबरोबर आपण जसे 'घरधन्याबरोबर दरियापार जातो...' तसेच रामप्रभूंबरोबर आपण जसे 'घरधन्याबरोबर दरियापार जातो...' तसेच रामप्रभूंबरोबर आपण कुशलवांचं गीतरामायण पण ऐकतो. गीतरामायण सुरू होण्यापूर्वी समोरची 'स्वरसिद्धा' (हार्मोनियम) बाबूजींच्या वामाङ्कावर कधी चढते हे समजत नाही. गोड्यांनी बाबूजींचा स्वर लावायच्या आधीच आपण त्या अभिनयाला टाळी देतो. बाबूजींचा आवाज आज कसा लागेल ही चिंता मैफलीबरोबरच गोड्यांच्या चेहऱ्यावर दिसते आणि ते पटकन श्रोत्यांना बाबूजींच्या आवाजात सांगतात,

'आज आवाज बरोबर नाही.'

टाळ्या संपेतो थांबून गोडे... oh, no ! बाबूजी म्हणतात,

'तरी गाणार आहे.'

बाबूजींचा आवाज इथंच करेक्ट लागलाय् हे जाणवतं आणि टाळ्या थांबायच्या आत बाबूजी गायला लागतात, 'तोच चंद्रमा नभात...'

नकलांची ही पालखी वाटव्यांच्या खांद्यावरून गोड्यांनी बाबूजींच्या खांद्यावर कधी दिली हे आपल्याला कळत नाही.

आणि नंतरचे दोन तास या पालखीचे भोई कधी बदलले कळतच नाही. पं. भीमसेन जोशींपासून प्रभाकर कारेकरांपर्यंत, वाटव्यांपासून सुधीर फडक्यांपर्यंत, आणि सुरेश हळदणकर, राम मराठेंपासून, भालचंद्र पेंढारकरांपर्यंत हे भोई बदलत राहतात. कोणत्या पाऊलवाटेचा पुढं हमरस्ता होतो हे प्रवासाच्या प्रारंभी जाणवत नाही,

त्याचप्रमाणे हमरस्ता झाल्यावर ती पाऊलवाट पण सापडत नाही.

त्याचप्रमाणं गजाननराव वाटवे हे चमत्कार-युग जेव्हा सुरू झालं त्या काळात घरातल्या घरात वाटव्यांची नक्कल करणारे गोडे, स्वत:च्या नकलांचाच दोन तासांचा कार्यक्रम भविष्यकाळात करू शकतील हे गोड्यांनाही तेव्हा माहीत नव्हतं. गजाननराव वाटवे, हा खरंच एक चमत्कारच होता. वाटव्यांचं गाणं हा पुणेकरांच्या आयुष्यात, त्या काळात एक 'इव्हेन्ट' होता. माणसं सच्च्या सुरांची भुकेली होती. अमुक एखाद्या कलावंताचं गाणं स्वत: 'उच्चभ्रू' ठरण्यासाठी ऐकलं जात नसे. संगीताचं वेड हे संगीतासाठीच होतं. म्हणून त्या गाण्याचा शोध घेत घेत, पुणेकर वाटव्यांच्या मागावर असत.

गोडे यांनासुद्धा त्यांच्या कारकीर्दीचा प्रारंभ, वाटवे यांच्यापासून करावासा वाटला यात नवल नाही.

नक्कल ही नेहमी अलौकिक गोष्टींची, व्यक्तींचीच होते. नकलाकाराला मोहवणं ही सामान्य बाब नव्हे. किंबहुना आपली डिट्टो नक्कल कुणाला तरी करावीशी वाटली की, कोणत्याही कलावंताला 'जितं मया' असं वाटायला हरकत नाही. अस्सल आणि नक्कल यांत फरक न उरणं याचाच अर्थ तो नकलाकार, कलावंत म्हणून पूर्णत्वाला पोहोचला असं होतं. जपान, जर्मनीला मागं सारणारी नकलाकारांची एक प्रचंड वसाहत, 'उल्हास-नगरला' फाळणीनंतर स्थापन झालेली असली (मेड् इन् U. S. A. उल्हास-नगर सिंधी ॲसोसिएशन) तरी त्यापूर्वी कितीतरी अगोदर एक डिट्टो आर्टिस्ट गोडे यांच्या रूपानं महाराष्ट्रात अवतरला होता.

नकलेसाठी गोडे यांनी निवडलेले कलावंत पाह्यले तर यादीवरूनच या माणसाचं अलौकिक सामर्थ्य नजरेस येतं. पं. भीमसेनांची नक्कल पाह्यल्यावर, भीमसेनांचा सूर आणि तालाची जाणीव या दोन्ही सामर्थ्यांबद्दल लतानंही आश्चर्य व्यक्त केलं होतं आणि खुद्द भीमसेनही थक्क झाले होते. यातच पद्मश्री आणि पद्मभूषण या दोन्ही सत्कारांचे एकदम मानकरी झाल्याचा गोड्यांना आनंद वाटला असेल.

भीमसेनजींची मेघगर्जनेसारखी तान, सुरेश हळदणकरांची भिंगरीसारखी नर्तन करणारी तान, रामभाऊ गराठ्यांची तितकीच जोरदार पण अस्थिर, कंपयुक्त तान, विनायकराव पटवर्धनांची खटपटी तान आणि मा. कृष्णरावांची सात्त्विक, लडिवाळ स्वरांना गोंजारणारी तान, हे सर्व प्रकार कमालीच्या सहजतेनं गोडे तुमच्यासमोर उलगडत जातात. सर्कसमध्ये चिनी स्त्रिया उंच काठ्यांवर तीन तीन, चार चार बशा सुदर्शन चक्रासारख्या फिरवतात आणि हे करत असताना त्यांच्या चेहऱ्यावर कुठेही क्लेश, कष्ट, दगदगीचं प्रतिबिंबही दिसत नाही.

गोडे यांच्या नकला ऐकताना हाच आनंद मिळतो.

कलेत सहजता आली की कला पूर्णत्वाला पोहोचली.

संगीतकार, गायक कलावंताची नक्कल करता येणं हा खरोखर एक चमत्कार आहे. हा चमत्कार लोभसवाणा का वाटतो ? तर इथं ज्या ज्या कलावंतांची नक्कल होते, त्यांच्याबद्दलही प्रेम वाटायला लागतं. काही काही गायक, काही काही श्रोत्यांना आवडत पण नसतील. पण गोडे जेव्हा अशा काहींना न आवडणाऱ्या गायकाला पेश करतात तेव्हा गोड्यांबरोबर तो गायकही इंटरेस्टिंग वाटायला लागतो. नक्कल केली जात असताना, गोड्यांच्या मैफलीत त्यांपैकी एकाही कलावंताची हेटाळणी अथवा तो गायक चेष्टेचा विषय होत नाही, हे या कार्यक्रमाचं फार मोठं यश आहे. कोणतंही यश सहजासहजी मिळत नाही. आयुष्यातल्या अनेक आनंदांकडे पाठ फिरवून, वर्षोनुवर्षं साधना करावी लागते.

गोडे यांचा कार्यक्रम पराकोटीचा बांधेसूद आहे. मैफलीतल्या प्रत्येक मिनिटाचा त्यात विचार आहे. संगीत हेच त्या नकलांचं प्रधान अंग नाही. दोन नकलांच्यामध्ये जे निवेदन आहे, त्या निवेदनाला एका बंदीशीचा नखरा आहे. विनोदाच्या अंगानं जाणाऱ्या त्या निवेदनावर एक कलात्मक संयम आहे. सूचकता आहे. त्यात ज्याप्रमाणे गायककलावंतांच्या लकबींची कौतुकमिश्रित थट्टा आहे, त्याचप्रमाणे, वि. र. गोड्यांना आलेल्या अनुभवांची पण एक झलक आहे. या अनुभवांत महिला मंडळांनी दिलेल्या खमंग अनुभवांचं पण प्रांजळ, मिस्किल निवेदन आहे.

महिला मंडळांनी दिलेल्या अनुभवांचे किस्से ऐकताना वाटलं, सगळ्या लेखकांना, वक्त्यांना, कलावंतांना सारखेच अनुभव कसे येतात ? या योगायोगाचं कौतुक करावं की, 'आमच्या वागण्यात आपपरभाव नसतो' किंवा 'आम्ही आज असं तर उद्या तसं वागत नाही. सगळ्यांशी सारखे वागतो.' असं म्हणणाऱ्या महिलांची पाठ थोपटावी ? अर्थात् किस्सा कोणताही असला तरी या (न)कलात्मक कार्यक्रमाला एक फार मोठा दर्जा आहे. सध्याच्या काळात 'दर्जेदार' विशेषण फलाटावरच्या चहालाही वापरलं जातं, पण मी हे विशेषण, जेव्हा त्याला स्वत:लाच 'दर्जा' होता त्या अर्थानं वापरतोय्. खरं तर दु:खाची बाब हीच आहे. चांगल्या चांगल्या विशेषणांचा सर्रास शासकीय स्तरावर ('स्तर' हा आणखी एक शब्द) वापर झाल्यानं त्यातली 'किक्' गेलेली. ('हवा' हा शब्दही त्यातली 'हवा' गेल्यासारखा. म्हणून 'किक्' शब्द) आणि नवी विशेषणं तर तयारच होत नाहीत. म्हणूनच गोडे यांच्यासारख्या कलावंताचं कौतुक कोणत्या शब्दांत करायचं ?

नवी 'दर्जेदार' विशेषणं तयार होत नाहीत याचं ज्याप्रमाणं लेखकाला दु:ख होतं, त्याप्रमाणे नक्कल करावी अशा वैशिष्ट्यांचा गायक निर्माण होत नाही वा गायक नटही, याचं गोड्यांना दु:ख. 'स्पेशल जनता शो'मध्ये खरं तर पंधरा गानकोकिळा, चार संगीतसम्राट, बारा नटसम्राट, चारपाच स्वरसम्राज्ञी आणि तीनचार डझन अभिनयपटूंची एक्स्प्रेस षण्मुखानंदच्या यार्डात लागते. गोडे यांना मग नक्कल

कुणाची करावी हा पेच का पडतो ?
हा प्रश्न विचारण्यात अर्थ नाही, पण त्याच वेळेला गोडे यांना पडलेल्या प्रश्नावर उत्तर पण नाही. विनायकराव पटवर्धन गेले. मा. कृष्णराव गेले. राम मराठे आणि हळदणकर पुन: ताज्या दमानं उभे राहणार नाहीत. काळ स्वत:वर कोणत्याही कलावंताची किंवा एखाद्या हुकुमशहाची हुकमत चालवून घेतो ते का ? तर त्या काळाला माहीत आहे की शेवटी एखादा कितीही बलाढ्य झाला, तरी त्याचा खुळखुळा करायची ताकद आपल्याच हातात आहे. म्हणूनच राम मराठे, हळदणकर, वाटवे या गुणी माणसांना निवृत्त व्हावं लागलं आहे. इथं गोडे यांचं सामर्थ्य आणि नक्कल या कलाप्रकाराची मर्यादाही.
नकलेचा आस्वाद घेण्यासाठी प्रथम 'अस्सल' या वस्तूची जखम व्हावी लागते. खपलीचा भार सहन होऊ नये अशा काही जखमा असतात. अस्तंगत झालेल्या कलावंतांच्या स्मृतीच्या जखमा सतत वाहत्याच असतात. त्यावर जरी खपली धरलेली असली तरी, आत त्या भळभळत असतात. त्या कलावंतांना गोडे समोर आणतात तेव्हा, पुन: त्याच जागी जखमी होण्याचा आनंद मिळतो.
ज्यांना जखमच झालेली नाही, त्यांना गोडे यांचं सामर्थ्य कसं समजणार ?
आज नकलाकार भोंडे या नावानं आमचं कमळ उमलतच नाही. भालाकार भोपटकर म्हणा, किंवा लो. टिळक म्हणा—आम्ही टिळकांना पाह्यलेलं नाही मग टिळकांचा आविष्कार सादर करणाऱ्या भोंड्यांचं कौतुक कसं करता येणार ?
आणि कौतुक म्हणजे तरी निश्चित काय ?
कौतुकाच्या आमच्या व्याख्या आणि त्याच्या प्रवासाचे आमचे टप्पे अत्यंत चाकोरीबद्ध आणि परंपरेनं चालत आलेले आहेत.
रसिकांनी केलेलं कौतुक कॅश पेमेंटसारखं. समोरासमोरच त्या पावत्या फाडल्या जातात. तिथंही सरसरून दाद न देणारे औरंगजेब भेटतात. कडाडून पसंतीच्या टाळ्या देणाऱ्या हातांत काय सौंदर्य आहे हे या महाभागांना अखेरपर्यंत समजत नाही. नियती माणसाला रिकाम्या हातांनी पाठवते आणि रिकाम्या हातांनी नेते असं म्हणणं फार कृतघ्नपणाचं आहे. तसं असतं तर जन्माला आलेल्या इवल्याइवल्या, लालचुटुक बाळमुठी वळलेल्या का असतात ? त्या हातात टाळी लपवलेली असते. टाळी कित्येकांनाही आयुष्यभर सापडत नाही. अशा माणसांना हाताच्या अंतरावर ठेवणं, एवढंच आपल्या हातांत असतं.
अनेक-अनेक कलावंत जगतात, जगवतात, धुंद होतात ते केवळ रसिकांशी होणाऱ्या संवादावर. या पलीकडे काही वेगळं कौतुक असतं का ?
—असतं.
पण ते हिशेब फार वेगळे असतात.

त्या हिशेबांसाठी कमिट्या स्थापन होतात. गुणांपेक्षा निराळ्याच तराजूवर इथं गुणवत्ता मोजली जाते. इथं टाळी ठरवून दिली जाते. बक्षिसाचे मानकरी कुणाला करायचे हा चर्चेचा विषय होऊ शकतो आणि म्हणूनच कौतुकाची दिशाही आपोआप ठरते. एकदा त्या कलावंताला वा लेखकाला, नाट्यसंमेलन व साहित्य संमेलनाच्या हौदात बुचकळून काढला की, मॅटर एण्ड्स.

कौतुकाची परमावधी म्हणजे त्या कलावंताचा पुतळा करणं आणि कावळ्यांसाठी बसण्याची सोय करणं. त्यात तुमचा मुलगा किंवा नातू जर सत्तारूढ पक्षात मंत्री वगैरे झाला तर पुतळ्यावर कावळे बसू नयेत म्हणून जनतेचेच हजारो रुपये खर्च करून तो छप्पराची सोय करतो.

हे झालं की संपलं.

आज चित्रपटाबरोबर, टेपरेकॉर्डर्स, टी. व्ही. इत्यादी माध्यमं उपलब्ध आहेत. त्याचा नाट्यपरिषदा भरवणाऱ्यांनी काय फायदा करून घेतला ?... केशवराव दाते, नानासाहेब फाटक, शंकर घाणेकरांपासून, शांता जोग, हर्डीकर, सतीश दुभाषी इत्यादींच्या छोट्या फिल्म्स् घेतल्या असत्या तर ते खरं स्मारक झालं नसतं काय ?

आज, नकलाकार भोण्डे हे नाव अंगावर शहारा उठवीत नाही.

तसेच बिचारे गोडे.

कितीतरी आले आणि गेले.

गोडे तरी कोण या सर्व गदारोळात !

तीस तीस वर्षं...नव्हे, संपूर्ण आयुष्य एकाच कलेसाठी राबणाऱ्या कलावंताचं नाव, त्याच्या हयातीतच पुसलं जावं काय !

त्यात 'नक्कल' हा प्रकारच परस्वाधीन.

म्हणूनच तीस वर्षं सातत्यानं गायक, कलावंतांच्या नकला करणाऱ्या या एकमेव नकलाकाराचं प्रश्नचिन्ह, 'पुढे काय ?' हे पुसता येणं कठीण आहे. यानंतर आता गायक कोणता ? या विवंचनेत गोडे कासावीस झाले आहेत. गोडे अनेक नकला करतात. पण त्यांच्या या कासावीस चेहऱ्यात मला फक्त मा. कृष्णरावांची सात्त्विक, प्रांजळ व्यथा दिसते आहे.

पण गोडे,

तुम्हाला माझ्यासारख्या तुमच्या चाहत्याची व्यथा समजली आहे का ?

तुमच्या नकलांची ही अस्सल पालखी वर्षानुवर्षं नामदेवाच्या पायरीला स्पर्श करीत राहील, त्यासाठी धावत राहील, पण ही पालवी अखंड चालवण्यासाठी पुढच्या पिढीत भोई आहे का ?

✿✿

डॉ. श्रीखंडे

असा एक संकेत आहे, की साधना करणाऱ्या
माणसानं आपण होऊन गुरु शोधायचा
नरातो. साधकाची साधना कोणत्या पायरीपर्यंत
आली आहे, हे गुरुला आपोआप समजतं.
आणि मग, गुरुच शिष्याकडे येतो.
परमार्थ, साधना, अध्यात्म, नामसंकीर्तन,
पूजाअर्चा, भक्ती ही सगळी माझ्या बाबतीत,
झोपेत असताना निघून गेलेली स्टेशन्स
आहेत.
संसार, मोह, माया, चंचलता या जंक्शन्सवर

आम्हांला अचूक जाग आलेली आहे. या जंक्शन्सवर आम्ही आजवर पहिल्या गाड्या सोडल्या आणि पुढच्या गाड्या आम्हांला पकडता आल्या नाहीत.
आता जी गाडी आम्हांला मिळाली तिनं आमचा प्रवास सुरू झाला आहे. तोही संपत आलाय्. वळणावर गाडी वळलेली आहे आणि मुक्कामाच्या गावातले दिवे दिसायला लागले आहेत. फळीवर आणि बाकाखाली काही सामान राह्यलं आहे का याचा अकारण शोध सुरू आहे. यातलं 'आहे का' याचा अकारण शोध सुरू आहे. यातलं कोणतंही गाठोडं बरोबर नेता येणार नाही.
कुठंतरी, अशाच एका जंक्शनवर भाऊसाहेब पाटणकर भेटून म्हणाले होते—
'आलो तुझ्या दुनियेत,
नव्हतो, चोर वा डाकू आम्ही
एकही चीज इथली,
भगवन्, घेऊन ना गेलो आम्ही.'

त्याप्रमाणं मोकळ्या हातांनी उतरायचं जंक्शन जवळ आल्यावर ही सामानाची शोधाशोध का ? तर हे तुकोबारायाच्या भाषेत,
"पडिले वळण इंद्रियां सकळा"
अर्थात् हे वळण नव्हे.
हे आडवळण.
पण अशा या आडवळणावर जेव्हा अचानक डॉ. श्रीखंडे भेटतात, तेव्हा काय करायचं ? हा प्रश्न विचारण्यात अर्थ नाही.
आम्ही जे करायचं तेच करतो.
आमच्या प्रवासातलं हे आणखी एक मोहाचं जंक्शन. पुढचा प्रवास विसरून आम्ही इथं उतरतो.
हे जंक्शन यावं याची आम्ही वाट बघत होतो. खूप वेळा साखळी खेचून गाडी थांबवायचा प्रयत्न केला. 'जुरमाना २५० और अथवा कैद' हे सगळं भरायची तयारी करून साखळी ओढली.
पण उपयोग झाला नाही.
मग ध्यानात आलं, की केवळ परमार्थाच्या प्रांतातच साधना पुरी व्हावी लागते असं नाही. तर प्रापंचिक अथवा ऐहिक प्रांतातही हवी असलेली व्यक्ती भेटण्यासाठी साधना पुरी व्हावी लागते. तसं नसतं, तर डॉ. श्रीखंडे बारा वर्षांपूर्वी भेटायला हवे होते—डॉ. व्ही. एन्. श्रीखंडे.

नटवर्य केशवराव दाते हे डॉ. श्रीखंडे यांचे पेशण्ट. केशवराव दाते यांच्या

नावामागं मला 'कै.' हा शब्द लावावासा वाटत नाही. केशवराव दाते हा माणूस मला सातत्याने 'कण्व' ऋषींसारखा वाटत आलेला आहे. 'कण्वच' का ? तर मानलेल्या मुलीवरसुद्धा पोटच्या मुलीप्रमाणे माया जोडायला खूप मोठं मन लागतं. अशी अपार माया जवळच्या माणसांवर करण्याची उदंड ताकद या माणसात होती. नाना दाते माझ्या मनात सारखे वावरत असतात; मग त्या नावामागं 'कै.' शब्द कसा लावणार ?

रघुवीर खूपदा सांगायचा,

"डॉ. श्रीखंड्यांना भेट."

"ते कसे भेटणार ?"

"सध्या नानांना त्यांचीच ट्रीटमेंट चालू आहे."

मग नर्सिंग होमवर वेळा बदलून मी खेपा घालीत राह्यलो. पण त्याच वेळेला डॉ. श्रीखंडेही आपल्या वेळा बदलीत राह्यल्यामुळे, आमच्या गाठीभेटी घडल्या नाहीत. नको असलेली माणसं आपल्याला नेमकी गाठतात आणि हवाहवासा वाटणारा माणूस किती जवळ येऊन भेटत नाही ? तर मुंबईसारख्या शहरात हवाहवासा वाटणारा माणूस बसमधे वरच्या डेकवर असतो आणि आपण खालच्या. प्रवास संपेतो तो भेटत नाही.

श्रीखंडेवहिनी तर म्हणाल्या,

"वरचा डेक, खालचा डेक विसरा. आम्ही सगळे एकाच डेकवर आहोत तरी गाठीभेटी होत नाहीत."

"वीक-एण्डला गिरफदार करून घेऊन जात जा त्यांना."

अर्थात् यशोधनच्या वास्तूत हा असला अगोचरपणा घडणारच नाही. वीकएण्ड ठरवून मुलांबाळांच्या सहवासात घालवायचा ही पाश्चात्य संस्कृती खुद्द डॉक्टरांना मंजूर नाही. ते पटकन म्हणाले,

"वीकएण्ड जाणीवेनं मुलाबाळांच्या सहवासात घालवायचा ही पाश्चात्य संस्कृती आहे. मी अनेकदा लंडन-अमेरिकेच्या वाऱ्या करतो. अमेरिकन माणसाच्या चालण्याबोलण्यात, वावरण्यात एक तऱ्हेची बोच दिसते. आचारविचारांत विसंगती दिसते याचं कारण सत्तर-ऐंशी टक्के अमेरिकन्स पैशाच्या मागे पळत असतात. माणसापेक्षा पैसा जिथं मोठा ठरतो, तिथं माणसं वाढत नाहीत. पैसा हे जगण्याचं प्रयोजनच होऊ शकत नाही. तसं ज्यांच्या बाबतीत घडतं, त्यांना मग मुलांबाळांच्या सहवासात वीकएण्ड ठरवून घालवावा लागतो. जातायेता, निरोप देताघेताना बायकोचं चुंबन घ्यावं लागतं. सातत्यानं प्रेमाचं प्रदर्शन करावं लागतं. मला ही सगळी माणसं पोरकी वाटतात. त्यांची घरं ढासळलेली वाटतात. वपु, या जीवनाचं प्रतिबिंब त्यांच्या वाङ्मयातही सापडतं. त्यांच्या अनेक कवितांना प्रेमाशिवाय

विषय सापडत नाही.''
''डॉक्टर, तुम्ही म्हणता ते पटतं. पण दिवसातल्या चोवीस तासांपैकी वीस वीस तास वडीलांचा सहवास लाभला नाही, तर मुलं दुरावणार नाहीत का ?''
श्रीखंडे ठामपणानं म्हणाले,
''आपले वडील काय काम करतात याऐवजी कशासाठी काम करतात हे जर मुलांना जाणवलं, तर समस्या उभीच राहणार नाही. पैशासाठी पळापळ करणारा माणूस फार काळ आदरणीय राहणार नाही. मी दिवसाकाठी दहा-दहा ऑपरेशन्स जरूर आणि सहज करतो, पण कुठंतरी समाजाचं देणं फेडायचं, समाजाची सेवा करायची हाच विचार प्रामुख्यानं असतो. पैसा मिळतो. तो त्या स्वीकारलेल्या तत्त्वांचा बाय्-प्रॉडक्ट आहे. आपले वडील उदात्त कारणासाठी, एखाद्या ध्येयासाठी, वीस-वीस तास कामात दंग असतात हे जर मुलांना पटलं, तर ती कधीच दुरावणार नाहीत. आणि मग, 'चला, आता मुलांच्या सहवासात रविवार घालवूया,' असं म्हणावं लागत नाही.''
''डॉक्टर, तुमचं तत्त्व पटल्यानंतरही जर तुम्ही मुलांना हवे असाल, तर त्यालाही तुम्ही अमेरिकन स्टाईल म्हणाल की ?''
''तसं मी मुळीच म्हणणार नाही. सामाजिक कार्य करणाऱ्या माणसानं कुटुंबाला विसरायचं नसतं, तर आपलं कुटुंब आणखीन विशाल करायचं असतं. छोट्या कुटुंबातून माणसानं आणखीन मोठ्या कुटुंबात प्रवेश करायचा असतो.''
''हा दृष्टिकोन किती जणांना पटेल ?''
''त्यासाठी समाजमन तयार करायचं असतं, आणि समाजमनापेक्षाही व्यक्तींची मतं बनवणं जरूरीचं. कारण Every individual is reality, society is a concept. व्यक्तीत बदल घडवून आणला पाहिजे. प्रवास नेहमी 'ज्ञाता'पासून 'अज्ञाता'कडे करावा. प्रवास किंवा प्रयत्न. व्यक्ती ज्ञात असते, समाज अनोळखी असतो.''
तेवढ्यात फोन वाजला. डॉ. फोन घेण्यासाठी उठले. फोन हॉस्पिटलकडून आला होता.
मी त्यांच्याकडे बघत राह्यलो.
श्रीखंड्यांची मूर्ती एवढाशी आहे. माझ्या शेजारून ते जर कधी गेले असते, तर मला ते डॉक्टर वाटले असते का ?
त्यांचा चेहरा तरतरीत आहे. पण तरी व्यक्तिमत्त्वावरून ते नामवंत सर्जन वाटत नाहीत. त्यांच्याशी गप्पा मात्र खूप माराव्यात असं वाटतं—त्यांना पाहताक्षणी. मी या गप्पागोष्टींना दहा ते बारा वर्षं मुकलो होतो.
रघुवीर सांगत राह्यला.

पण परिचय झाला नाही. मध्यंतरीच्या काळात आमचे नाना ऊर्फ केशवराव दाते गेलेसुद्धा. त्यानंतर श्रीखंड्यांची प्रत्यक्ष ओळख होण्यापूर्वी मी त्यांचा आवाज ऐकला तो फोनवर. मीच त्यांना फोन केला होता.

अरुण लिमयांच्या 'क्लोरोफॉर्म' पुस्तकातल्या काही विधानांचा परामर्श घेण्यासाठी श्रीखंड्यांनी महाराष्ट्र टाइम्समध्ये लेख लिहिला होता. अरुण लिमये हे एक वादळी व्यक्तिमत्त्व. स्वत: डॉक्टर असूनही त्यांनी डॉक्टरी व्यवसायातील 'काळ्या आणि अंधारातल्या' हालचालींवर झणझणीत पुस्तकं लिहून अनेक व्यवसायाबंधूंचा राग ओढवून घेतला होता. डॉक्टरी व्यवसायापाठोपाठ नंतर अरुण वकिली व्यवसायावर पुस्तक लिहिणार होता. पण नियतीनं अरुणला तेवढं आयुष्य दिलं नाही.

कदाचित् नियतीला माहीत असावं की, वकिली व्यवसायातली 'कृष्णकृत्यं' उघडकीला आणण्यासाठी कोणत्याही व्यक्तीला एक जन्म पुरणं मुष्किल. अरुणनं ते पुस्तक लिहिलं असतं तर नक्की वादळं उठली असती.

डॉक्टर्स गप्प बसतात.

वकील गप्प बसले नसते.

म्हणूनच 'क्लोरोफॉर्म' पुस्तकातल्या काही अतिरंजित, अवास्तव विधानांचा परामर्श घेणारे डॉक्टर्स संख्येने जास्त नव्हते.

श्रीखंड्यांचा लेख मात्र सडेतोड होता.

मार्मिक होता.

अरुण लिमयांच्या अनेक विधानांपैकी एक विधान असं होतं—

"ऑपरेशनच्या वेळी सर्जनची हबेलेंडी उडते तेव्हा, ॲनॅस्थेटिस्ट शांतपणे पेशण्टच्या डोक्याच्या बाजूस बसून ती पाहात असतो."

या विधानाचा आपल्या टीकालेखात परामर्श घेताना श्रीखंड्यांनी लिहिलं होतं, "या प्रकारचं विधान एखाद्या डॉक्टरनं करणं म्हणजे असं म्हणण्यासारखं आहे की, विमान कोसळत असताना, को-पायलट शांतपणे कॅप्टनची कशी हबेलेंडी उडतेय ते पाहात राहतो."

एवढं एक वाक्य वाचल्याबरोबर, पुढचा लेख न वाचता डॉक्टर श्रीखंड्यांना फोन केला.

"डॉक्टर, मी वपु काळे बोलतोय."

"अरे वा: काळे, आपल्याला एकदा भेटायचं आहे. फोन कसा केलात ?"

"तुमचं महाराष्ट्र टाइम्समधील आर्टिकल अफाट आहे. पण डॉक्टर, एक सांगू का ?"

"जरूर."

"पुस्तकाला उत्तर पुस्तकानंच द्यायला हवं. कारण टीकालेखाचं आयुष्य एका दिवसाचं. पुस्तक कायम टिकतं. दैनिकातला लेख एकच दिवस जगतो. तेव्हा पुस्तक लिहा."

"इतका वेळ कुठून आणायचा ?"

"तुम्ही बोलत राहा, आम्ही लिहीत राहू.'

"एकदा भेटायला हवं."

"जरूर."

हा संवादही टेलिफोनपुरताच राह्यला.

नंतर केव्हातरी गाठ पडली ती बिल्कॉनच्या दादा पेठ्यांच्या घरी. पेठ्यांनी प्रभाकर कारेकरांची बैठक ठरवली होती. गाणं सुरू झालं आणि जरा वेळानं अचानक डॉ. श्रीखंड्यांचं आगमन झालं. त्यानंतर पुन: भेट नाही.

मधे कितीतरी दिवस गेले. अशीच केव्हातरी तीव्रतेनं डॉक्टरांची आठवण होऊन मी त्यांना फोन केला. पुन: एकदा कधी भेटायचं हे संकेत सुरू झाले.

डॉक्टर म्हणाले,

"आत्ता काय करताय ?"

"खास करून काही नाही."

"लगेच येता ?"

"येतो."

एका प्रशस्त हॉलमध्ये मी प्रवेश केला. ज्याला शास्त्रोक्त भाषेत 'इंटीरिअर' वगैरे म्हणतात तसं फर्निचर वगैरे नव्हतं. पण एकदम पाच-सहा माणसं आलीच तर सातव्या माणसाला 'खडा पारशी' करावा लागणार नाही, एवढी आसनं तिथं होती. डाव्या हाताच्या भिंतीवर एका मुलाचं, गालावर सुकलेल्या अश्रूसहित, एक मोठं लोभसवाणं चित्र आहे. त्याच्याशेजारी डॉक्टरांचं संगीतवेड टेपडेक्, कॅसेट-स्टॅण्ड आणि लाऊडस्पीकर्सच्या जुळ्या भावंडांच्या रूपात खोलीचा एक कोपरा अडवून आहे.

प्रवेशाजवळ उजव्या भिंतीवर, ढगात विरून गेलेल्या, शरण आलेल्या पहाडाचं एक जबरदस्त छायाचित्र आहे.

कोणत्याही घरातली चित्रं वा छायाचित्रं तुमच्यावर तीन गोष्टींचा ठसा उमटवीत असतात. ते चित्र काढणाऱ्या कलावंताचं कसब, त्याला आकर्षित करणारा विषय, आणि ती संपूर्ण कलाकृती निवडणाऱ्या मालकाची अभिरुची. अभ्यागत जेव्हा 'वा:' म्हणतो तेव्हा त्या 'वा:'चे तीन समान भाग झालेले असतात. फक्त प्रत्यक्षात ते तीनही भाग यजमानांनाच मिळतात.

याशिवाय जवळपास तीन फूट बाय् तीन फूट आकाराचे एक लॅण्डस्केप आहे.

यांपैकी प्रत्येक चित्राला स्वत:चं असं व्यक्तिमत्त्व असलं तरी एकूण सगळ्या आसमंतावर डॉक्टरांचाच ठसा आहे.

या सर्व गोष्टी आकर्षक आहेतच; पण सर्वांत जास्त लक्ष वेधून घेणारी गोष्ट वेगळीच आहे. तिथं एक फलक आहे. त्याचं नाव आहे निर्णय. वळणदार अक्षरांत त्यावर पुढील मजकूर आहे—'निर्णय घेता न येणे यासारखा दुसरा घातक दोष नाही. निर्णय न घेण्यापेक्षा चुकीचा निर्णय घेणे अधिक बरे. चुकीचा निर्णय घेणाऱ्या माणसांनी जीवनात यश मिळवलेले आहे. परंतु जो निर्णय घेऊ शकत नाही त्याचे मन नेहमी हे करू की ते करू या गोंधळात गुंतलेले असते. मात्र हा मनुष्य कधीही यशस्वी झाल्याचे ऐकिवात नाही. ज्याला निर्णय घेता येत नाही, त्याला कृती करता येत नाही. आणि ज्याला कृती करता येत नाही, त्याला कोणत्याही क्षेत्रात यश मिळवता येत नाही.'

तो मजकूर वाचून होईपर्यंत डॉक्टरांचं फोनवरचं बोलणं संपलेलं होतं.

त्यानंतर गप्पांची जी मैफल झाली त्यातलं काय काय मांडायचं ? ती एकच मैफल नव्हे, तर नंतर जेव्हा जेव्हा गाठीभेटी झाल्या त्यातलं काय काय सांगायचं ? कारण आम्ही आता जवळपास याच जंक्शनवर जाऊनयेऊन राहणार. डॉक्टरांशी जातायेता संवाद साधणार. ज्या माणसाजवळ स्वत:चे स्वतंत्र विचार आहेत तो माणूस तुम्हाला प्रत्येक भेटीत नवं ऐकवू शकतो.

विचारांना चालना देणाऱ्या घटना सतत भोवताली घडत असतात, आणि त्या त्या घटनांवर डॉ. श्रीखंडे यांच्या बोलण्यात सातत्यानं विचार असतो, तो दुसऱ्या माणसाचा. किंबहुना दुसऱ्या माणसाचा प्रथम विचार करणं हा त्यांच्या व्यक्तिमत्त्वाचा, मनोधर्माचा स्थायी भाव आहे.

अशाच एका प्रसंगी, श्रीखंडे डॉक्टर स्वत:च्या मताचा किती काटेकोरपणे पाठपुरावा करतात याचा अनुभव आला.

हार्नियाचं ऑपरेशन चाललेलं. सोबत ॲनॉस्थेटिस्ट आणि इतर जरूरीचा स्टाफ. एअरकण्डिशण्ड ऑपरेशन-थिएटरमधलं वातावरण. पण ते गंभीर नव्हतं. कोपऱ्यात गुलामअलीच्या गझलांची कॅसेट, 'कल चौदहीवी की रात थी' अशी आठवण करून देत होती. त्या मधाळ आवाजानं ते एवढंसं थिएटर कोण्या एका घटोत्कचानं तळहातावर म्हैसूरच्या वृन्दावन गार्डनमधे नेलेलं. मी सर्जन मंडळींबरोबरच गाऊन-मास्क चढवून तिथंच उभा. ॲनॉस्थेटिस्ट कृष्णा जोशी, भूल दिलेल्या पेशण्टची 'पल्स' आणि गुलामअलीच्या गाण्याचा ठेका यांत कुठे लय सापडते का हे पाहात होते. संपूर्ण शस्त्रक्रिया संपवून पेशंटने मोकळा श्वास घेतला की, या भुलेश्वर मंडळींची जबाबदारी संपली.

जो 'भूल' देतो तो 'भुलेश्वर.' डॉ. श्रीखंड्यांना ॲनॉस्थेटिस्ट शब्दाचं हे मराठी

रूपडं आवडलं आणि तेवढ्यात ते म्हणाले,
"वपु, तुम्ही माझ्यासमोर उभे राहू नका. तिथून काही दिसणार नाही. या बाजूला या, म्हणजे आणखीन एक गंमत दाखवतो."
मी त्यांच्या शेजारी जाऊन थांबलो.
"आता समोर बघा. समोरच्या सगळ्या खिडक्या बंद ठेवायला लागतात. तरीही फक्त एका खिडकीला मी पारदर्शक काचा बसवून घेतल्या आहेत. इथून बघा, इथं उभं राह्यलं की ऑपरेशन करताकरता बाहेरचं झाड दिसू शकतं. अधूनमधून निसर्गाशी संवाद साधता यावा म्हणून या एका खिडकीला पारदर्शक काचा. कारण दिवसातले अनेक तास मी या थिएटरमधे कोंडलेला असतो. या झाडाच्या रूपात दिसेल तेवढा निसर्ग आणि त्याशिवाय सोबतीला संगीत..."
आणि तेवढ्यात लाईट गेले.
तरी ऑपरेशनमधे खंड पडला नाही. थिएटरमधे इमर्जन्सी लाईट्स होते. तरीही डॉक्टर, 'जस्ट अ मिनिट' असं म्हणत पटकन् ऑपरेशन-थिएटरच्या बाहेर गेले आणि मागच्या पावली परतले.
ऑपरेशनमधला डॉक्टरांचा सहकार संपला तेव्हा, इतर मंडळींवर उरलेलं काम सोपवून ते बाहेर आले. पाठोपाठ मीही.
तोपर्यंत लाईटही आले होते.
डॉक्टर म्हणाले,
"आता या ऑपरेशन्सच्या बाबतीतली नेहमीची माझी पद्धत सांगतो. एका ऑपरेशनपर्यंत मधे अर्धा तास, तर कधी पंधरा मिनिटं अशी विश्रांती मिळते."
"कशी ?"
"पहिल्या ऑपरेशनचे हे टाके वगैरे घालायचं काम असिस्टंट्स करतात. क्वचित् केव्हातरी, गरज असते तेव्हा शेवटपर्यंत मी थांबतो. तर तिथपासून नवीन पेशंटला ऑपरेशनसाठी टेबलावर घेईपर्यंत मधे इतका वेळ सापडतो. त्याही वेळेत मन शांत असतं किंवा उसंत अशी नाही. इमर्जन्सीसाठी काही पेशन्ट्स थांबलेले असतात. तसं नसेल तर, आपलेच विचार. आपले स्वत:चे विचार काही कमी वेळ खात नाहीत आपला."
"म्हणजे काय ?"
"आता हा जो पेशन्ट आहे, हा माझं नाव ऐकून गुजरातमधून आलाय. नुकतंच लग्न झालंय्. एक महिन्याची मुलगी आहे त्याला. अशा वेळी नंतर विचार येत राहतो, 'ऑपरेशन ठीक झालं असेल ना ? अचानक काही कॉम्प्लिकेशन्स होणार नाहीत ना ? आपल्यावर विश्वास ठेवून हा इतक्या लांबून आलेला आहे. जर काही चूक झाली तर, या माणसाच्या एक महिन्याच्या मुलीला आयुष्यभर

आपले वडील कसे होते हे दिसणार पण नाही.' असे विचार नेहमीच त्रास देतात.''

''पण मग ऑपरेशन...''

''त्या वेळी मात्र या विचारांचा लवलेशही नसतो. तेव्हा समोरची व्यक्ती ही फक्त पेशण्ट असते. हे सगळे विचार ऑपरेशन संपल्यावर.''

''ऑपरेशन चालू असताना कोणतंच टेन्शन नसतं ?''

''या स्वरूपाचं नसतं.''

''मघाशी मी तर क्षणभर घाबरलोच. एकाएकी लाईट गेले...''

डॉक्टर म्हणाले,

''मी दोन मिनिटांत बाहेर जाऊन आलो. कुठं ते कळलं ?''

मी मानेनं नकार दिल्यावर ते म्हणाले,

''पेशन्टचे नातेवाईक बाहेर बसलेले होते. एकाएकी दिवे गेले म्हटल्यावर ते एकदम कावरे-बावरे होतात. पेशण्ट काय बेशुद्धच असतो. बाकीचे शुद्धीवर असतात. दिवे गेल्यावर ऑपरेशनचं काय होणार, हा विचार त्यांच्या मनात प्रथम येतो. त्यांना जाऊन सांगून आलो की, लाईट जरी गेलेले असले तरी चिंता करायची नाही. ऑपरेशनमधे खंड पडलेला नाही. तेवढं सांगून परत आलो. ती नातेवाईक मंडळी निश्चिंत झालेली पाह्यली आणि मीही आपोआप निश्चिंत झालो.''

''डॉक्टर, यू आर ग्रेट.''

''वपु, तसं ग्रेट वगैरे असं काही नसतं. या सर्व बारीकसारीक गोष्टींतून आपण आपल्यालाच मदत करीत असतो किंवा प्रत्येक चांगल्या कृतीने, इतरांपेक्षा स्वत:लाच त्याची मदत होणार आहे असं समजूनच चांगल्या गोष्टी करायच्या असतात.''

डॉक्टरांना डिवचायचं म्हणून मी म्हणालो,

''यातही स्वार्थ आलाच.''

ते पटकन म्हणाले,

''आपण ज्याला कॉमन मॅन म्हणतो, त्याला काही ना काही आमिष हवंच असतं. सद्‌गुण केवळ सद्‌गुण आहे म्हणून त्याचं पालन करायचं असतं हे समजणारा समाज फार छोटा आहे. म्हणूनच आपल्या डोक्यावर समाजाचं ऋण केवढं आहे याचा आपल्याला पत्ताही नसतो.

''समाजाचं ऋण कोणत्या प्रकारचं ? तुमची व्याख्या निराळी असणार.''

''सांगतो. समाजाला तुम्ही हवे आहात की नकोत हे नंतर बघू. आपल्याला समाज हवाय. कारण समाज तुम्हाला सुरक्षितपणाची भावना देतो. आणि निव्वळ या भावनेपलीकडे समाज तुम्हाला कितीतरी गोष्टी देतो, तुमचं आयुष्य आणि

जगणं सोपं करतो.''
''म्हणजे कसं ?''
''आता हेच पाहा, या खोलीत हा एअरकंडिशनर आहे. कोणीतरी एकानं या शास्त्राचा अभ्यास केला. वातावरण, हवामान थंड करायचा शोध लावला. कोणत्या तरी शहरात त्याची फॅक्टरी निघाली. शे-दीडशे हात तिथं राबत असतील. आता त्यांच्यापैकी एकालाही मी पाह्यलेलं नाही. पण त्यांनी निर्माण केलेल्या या सुखसोयीचा मी आणि तुम्ही इथं बसून उपभोग घेत आहोत. हा रूम एअरकंडिशनर मला सोसायटीनं दिला. ही खुर्ची तशीच. आपण जिथं राहात आहोत, ती इमारतही कुणी दिली ? असंख्य हात राबतात तेव्हा मी हा असा मजेत जगू शकतो. म्हणूनच माझ्याकडे कुणीही एखादा ट्रीटमेंटसाठी येतो तेव्हा वाटत राहतं, याच समाजातला हा माणूस आहे. मी अप्रत्यक्ष रीत्या याही माणसाचं देणं लागतो.''
मी थक्क होऊन ऐकत होतो.
मनात विचार येत होता, या मुंबई शहरात रस्तोरस्ती डॉक्टरर्स असतील. दिवसाकाठी दहा-दहा शस्त्रक्रियासुद्धा करत असतील. कमी-अधिक प्रमाणात डॉ. श्रीखंड्यांप्रमाणं आपापल्या कामात तरबेज पण असतील. मग माणसाचं मोठेपण कशात आहे ?...
'गुण गाईन आवडी' असं कुणाबद्दल म्हणावंसं वाटतं ?
माणसाचं निराळेपण कशात ?
तर, माणसाचं निराळेपण, मोठेपण, माणूसपण त्याच्या वैचारिक भूमिकेतच. आयुष्याचं जो प्रयोजन सांगू शकतो, प्रत्येक हालचालीमागचा अर्थ जो लावू शकतो आणि क्षणी प्रतिक्षणी ज्याचा जीवनाबद्दल विचार चालू आहे, तो माणूस वेगळा.
विचारांची ही शिदोरी कोणत्या डिपार्टमेंटल स्टोअरमधे मिळते ?
कोणतं विद्यापीठ ही शिदोरी बांधून देतं ?
किंबहुना, विद्यापीठं काही देतात का ?...डॉ. श्रीखंड्यांनी एकदा एका पाश्चात्य लेखकाचं वाक्य मला ऐकवलं होतं. त्या लेखकाचं नाव-'मार्क ट्वेन.' मार्क ट्वेन म्हणतो, 'I never allowed my schooling to come in my way of education.'
मार्क ट्वेनच्या या वाक्याबरोबरच जेव्हा शिक्षणाचा विषय निघाला, तेव्हा डॉक्टर म्हणाले,
''इतरांच्या अज्ञानाचा फायदा कसा घ्यावा हेच शिक्षणानं समजतं. वकील लोक सामान्य माणसाला कायदा कळत नाही म्हणून त्याची पिळवणूक करून जगतात.

डॉक्टर्स पण तेच करतात. प्रत्येक व्यावसायिक तेच करतो. एवढ्यासाठीच वपु, समाजमन घडवण्यापूर्वी, प्रत्येक स्वतंत्र माणूस एकेकटा घडवा. कारण Every individual is a reality. स्वत:च्या कुटुंबातील माणसांना घडवा. मग नातेवाईक. त्यानंतर मित्र. हळूहळू कुटुंबातून बाहेर पडायला हवं. कुटुंबाच्या गरजा संपल्या की, कर्ता पुरुष कुटुंबाचं देणं लागत नाही. मग त्यानं चार भिंतींच्या बाहेर पडायला हवं. त्याशिवाय तो मोठा होणार नाही. You should have bigger cause than you, if you want to grow."

मी टाळीसाठी हात पुढे केला.

तो हात हातात घेत डॉक्टर म्हणाले,

''वपु, झाडं उंच उंच का होतात सांगू ? - त्यांच्यासमोर सतत आकाश असतं म्हणून ती उंच उंच वाढतात.''

मी श्रीखंड्यांकडे बघत राहतो.

माझे डोळे भरून येतात. मला समोर श्रीखंडे दिसत नाहीत. एक महाकाय वृक्ष दिसतो. सतत वाढणारा. उंच होणारा वृक्ष.

पण नुसताच उंच वृक्ष नव्हे. तर तितकाच आडवाही वाढणारा, पसरणारा.

नुसताच उंच वृक्ष डोळे फिरवतो, पण सावली देऊ शकत नाही.

हा वृक्ष सावली वाढवणारा.

शेकडो पारंब्या असणारा.

प्रत्येक भेटीत एकेक पारंबी हाताला लागते आणि कुठंतरी आणखी एक कोवळ्या पानांची डहाळी फुटलेली दिसते.

बाबामहाराज

रात्रीचे दहा किंवा साडेदहा.
फोन वाजतो.
या वेळी फोन कुणाचा असतो याची मला
पूर्ण कल्पना असते. मी फोन उचलतो.
पलीकडून जरा जड आवाज येतो. तो आवाज
पूर्ण परिचयाचा. अंदाज बरोबर ठरल्याचा मला
आनंद. मी मोकळी साद घालतो, 'बोला,
बाबामहाराज.' फोन कुणाचा आहे याचा मग
घरातल्या इतर मंडळींना अंदाज येतो. पलीकडून
बाबा म्हणतात, 'काळेसाहेब, माप करा.'

‘फ’ चा उच्चार ‘प’ सारखा येतो. ‘वेगळ्या मन:स्थितीतून बोलतोय. माप करा.’
मी मग व्यवस्थित खुर्ची ओढून घेतो. ‘हा फोन आता लवकर आटपणारा नाही. या फोनला आता खूप काही सांगायचं आहे. जिवाभावावाचं बोलायचं आहे. खोलवर बुडी मारून आमच्या बाबामहाराजांनी एक शिंपली काढलेली आहे. भूतकाळाचा समुद्र एका हळुवार क्षणी ढवळून निघाला आहे. ही शिंपली उघडली गेली असणार. घरातल्या इतर नातेवाईकांपासून लपवलेला एक एक अश्रू भूतकाळातली व्यथा सांगणार. त्याच ओल्या आवाजात फोन बोलायला लागतो.
“काळेसाहेब, तुम्ही लेकक.” इथंही ‘ख’च्या ऐवजी ‘क.’ मग बाबामहाराजाचं पुढचं वाक्य -
“मला तसं सांगायचा अधिकार नाही. माझं शिक्षण झालेलं नाही. मी लहान माणूस तुमच्यापुढं.”
“बाबा, बोला हो, ओ माहीमवाले.”
मी मुद्दाम निरनिराळ्या पद्धतीनं हाक घालून त्यांना त्याच मन:स्थितीत ठेवायचा प्रयत्न करतो. त्याशिवाय ‘अस्सल लाकूड, टणकगाठ, बाभूळझाड बोलणार नाही.’ मला तसं सांगायचा अधिकार नाही, असं म्हणता म्हणता हा प्राणी मला खूप काहीतरी सांगणार आणि ते महत्त्वाचं.
बाबांचा प्रश्न येतो—
“वपुसाहेब, माणसाला जगण्यासाठी किती पैसे लागतात ?”
मी गप्प.
“सुरेश बोललं होतं, काळेसाएबांना अ‍ॅटॅक...”
“बाबा...”
“मला आता बोलू दे. मी अडाणी माणूस. चार यत्ता शिकलो. पुढं शाळा झाली नाही. ते राहू दे. मग कधीतरी...तुम्ही आमच्यावर पुस्तक लिहिणार तेव्हा बोलू...तसा मी छोटा माणूस...जात भंडारी...काळेसाहेब, तुम्ही लेखक. तुम्ही जात मानता की नाही माहीत नाही. पण बामणं...”
मी मधेचं म्हणतो, “बाबा, मी जाती मानत नाही. मी माणसांना मानतो.”
बाबा दमात घेऊन म्हणतात, “आधी माझं ऐका. बामणं कशी असतात याचा अनुभव तुम्हाला रत्नागिरीनं दिलाय.”
मी मधेच त्यांना मुद्दाम थांबवतो आणि पुन्हा तेच सांगतो, “सगळी बामणं सारखी नसतात आणि त्याहीपेक्षा बाबा, आपल्या आयुष्यात माणसं येतात, आणि माकडं पण येतात. आपण माकडांना विसरायचं असतं. उद्या कंसाच्या दरबारात

कृष्णाष्टमी साजरी करायचं ठरवलं तर, ती याच तऱ्हेनं होणार. मी रत्नागिरीला मानतो ते तिथं कीर राहतात म्हणून आणि डॉ. शिंद्यांसारखी माणसं असतात म्हणून.''

बाबा गप्प बसतात.

''बाबा, गप्प का ?''

''मी काहीतरी विचारत होतो. विसरलो. माप करा. पण काळेसाएब, तुम्ही लेकक, पण तुम्हाला अक्कल नाही.''

मी मोठ्यांदा मनापासून हसतो. कुणीतरी आपली अक्कल काढावी (बायको वगळून.) याचीही माणसाला भूक असते.

''काळेसाएब. हॅलो...हॅलो...मी काय बोललो ?''

''मला अक्कल नाही.''

''चुकीचं बोललो असेन तर माप करा.''

''बरोबर बोललात. म्युनिसिपालटीत नोकरी करणाऱ्याला दुसरं काय ऐकायला मिळणार ? त्याच्या पदरात आणखीन काय पडणार ?''

माझ्या या विधानानं बाबांना त्यांचा मुद्दा आठवतो.

ते हुरूपानं म्हणतात, ''माणसाला जगण्याला किती पैसे लागतात ?''

''बाबा...''

''सुरेश म्हणालं, काळेसाहेबांना ॲटॅक आला. मी बोललं, त्यांना फोन कर. तर तुम्ही मालेगावला कार्यक्रमाला गेलं.''

''बाबा, स्वातीचं लग्न जवळ आलंय्...''

''स्वाती माझी मुलगी आहे. जशी भारती, तशी ती. मी दोघींची लग्नं एकदम करणार.''

''पण बाबा...''

''विषय बदलू नका. तुमी लेकक. पटकन विषय चेंज करता. माणसाला किती पैसे लागतात ? वपुसाएब, मला एके काळी रोज सहा आणे मिळत होते...''

आणि मग शिंपल्यामागून शिंपल्या उघडल्या जातात.

दारिद्र्याला चेहरा एकच असतो. वैभवाचे चेहरे मोजता येणार नाहीत इतके असतात. दारिद्र्य म्हणजे काय ?—अन्न, वस्त्र, निवारा या मूलभूत गरजा पुऱ्या होणार नाहीत अशी स्थिती. मातापित्याचं छत्र उडणं, नातेवाईकांनी पाठ फिरवणं.

दारिद्र्यातून प्रवासाचा प्रारंभ झाला की, त्या मार्गावरची स्टेशन्स ठरलेली असतात. बेकारी, गरीबी, टंचाई, अवहेलना, एकटेपणा, कष्ट, मनस्ताप आणि दुःख. तेच बालपण बाबांच्या वाट्याला आलेलं. आईचं नाव लक्ष्मी.

पण प्रत्यक्षात, जगण्यासाठी आवश्यक असलेली लक्ष्मी रुसलेली. रत्नागिरीजवळ असलेल्या जुवे गावात वास्तव्य. शिक्षण म्हणजे 'साक्षर' म्हणता येईल इतपतच. तातडीनं पैसा मिळवून देईल असा व्यवसाय हवा होता. पुन्हा तशा व्यवसायासाठी माफक प्रमाणात का होईना, शिक्षण हवंच. त्यासाठी प्रथम पैसा हवा. असं ते दुष्टचक्र.

सातत्यानं गरीबीच्याच मार्गावरून, गरीबीच्याच मुक्कामाला पोचवणारी गाडी बदलायची तर, वाटेत जंक्शन पण तसंच भेटावं लागतं. पण या मार्गावरची जंक्शन्सही तेवढ्याच तोलामोलाची असतात. मांजरपाटच; जरा खळ जास्त वापरली की झालं जंक्शन. तसं एक जंक्शन बाबांच्या आयुष्यात आलं. बहिणीच्याच रूपानं. तिनं मुंबईहून पाच रुपये पाठवले. भविष्याचा मार्ग दाखवण्याची ताकद पाच रुपयांच्या एका नोटेत असण्याचा तो काळ होता.

त्या नोटेनं बाबांना राजवाड्याचा रस्ता दाखवला. तिथे स्कूल ऑफ इंडस्ट्री या सरकारी संस्थेत सीतारामजींनी सुतारकाम शिकायचं ठरवलं. संस्था सरकारी असली तरीही चांगली होती. याचं कारण, 'शिक्षण' शब्दामागे 'प्र' लावायची प्रथा नव्हती. संस्थेची वेळ सकाळी नऊ ते अकरा आणि दुपारी तीन ते पाचसाडेपाच अशी. कार्पेंटरीचा कोर्स चार वर्षांत पूर्ण होणार होता. तरीही चार वर्षांचा काळ लहान नव्हता. जुवे गावापासून राजिवडे अडीच-तीन मैलांवर. सकाळी लवकर निघायचं. दुपारी घरातल्या मंडळींना मदत करण्यासाठी यायचं. पुन्हा दुपारी राजिवड्याला जाऊन संध्याकाळी 'बॅक टू पॅव्हिलियन.' म्हणजे दिवसाकाठी दहा-बारा मैलांची पायपीट. तीही अनवाणी पायानं. वयाच्या अवघ्या दहा-बाराव्या वर्षी. सीताराम रावजी कीर नावाच्या मुलाच्या चालण्याला पदयात्रा म्हणत नाहीत. ती फरपटच होती.

तेही दिवस संपले. शिक्षण चालू असताना अशाच एका जंक्शनवर वडीलांची सावली दुरावली; आणि तळहातावरची धनरेषा खरी आहे, का ते नुसतं नक्षीकाम आहे हे अजमावण्यासाठी बाबा मुंबईला आले. मुंबईची महालक्ष्मी पावते का हे बघण्यासाठी देवीसमोर जाऊन उभे राहिले. पण नवल असं, त्यांना महालक्ष्मीच्या ठिकाणी स्वत:ची आई लक्ष्मीच दिसायला लागली. ती म्हणाली, 'तू महालक्ष्मीच्या पोटी जन्माला आलेला नाहीस. माझ्या आलास. माझं नाव श्रमलक्ष्मी. तेव्हा पुन्हा आराधना करायची ती श्रमलक्ष्मीची. श्रम करताना कमी पडला नाहीस तर, महालक्ष्मीकडे तुला येण्याची गरज पडणार नाही. महालक्ष्मी तुझ्याकडे येईल.'

मग बाबांनी श्रम, मेहनत, चिकाटी, प्रामाणिकपणा या सगळ्यांना स्वत:च्या शरीरात ओनरशिपचे ब्लॉकच बांधून दिले. सहा आणे रोजगारीवर त्यांच्या आयुष्याची वाटचाल सुरू झाली. हातगाडी चालवण्यापासून, डांबराचे हात

देण्यापर्यंतची कामं करावी लागली.
दुसरं महायुद्ध सुरू झालं आणि कायम रणांगणावरच काम करणाऱ्या बाबांना, सांताक्रूझच्या बॉम्बे गॅरेजमध्ये सव्वा रुपये रोज वेतनावर नोकरी मिळाली. मिलिटरीच्या गाड्या बांधण्याच्या कामावर नेमणूक झाली. पंजाबीच नव्हे तर, एकदोन चिनी सुतार पण त्यात होते. त्यांची मारहाणही वेळप्रसंगी सहन करावी लागे. त्या काळात बाबांचा एकमेव आधार मेकार्थीसाहेब. बॉम्बे गॅरेजचे हे वर्क्स मॅनेजर. त्यांना या राखेत बराच अंगार आहे हे जाणवलं होतं. त्यांनी बाबांवर स्वतंत्र जबाबदारी टाकून, हळूहळू त्यांना फोरमनचं काम दिलं. सहा आणे रोजगारीवरचा पोरगा, महिना अडीचशे मिळवू लागला.
युद्ध संपलं. युद्धं शांततेसाठीच करायची असतात याचं ज्ञान, पाच कोटी माणसं मारून नव्यानं करून देण्यात आलं.
पुढे काय ?
नोकरी संपली. पहिल्या नोकरीच्या अनुभवानं, पुन्हा नोकरीच करावी असं वाटत नव्हतं. मेकार्थीसाहेबांचा त्या काळात मेकार्थीशेठ झाला आणि त्यानं बाबांना पंधराशे रुपयांचं भांडवल दिलं. आणि तेवढ्या एका कृष्णाच्या करंगळीवर बाबांनी नशिबाचा गोवर्धन उचलण्यासाठी काही माणसांना हाताशी धरलं. आणि माहीमला भंडार गल्लीत कारखाना काढला. प्रारंभीच्या काळात पैशाची ओढाताण असूनही, जम बसवता बसवता बाबांनी मेकार्थीचं ऋण फेडून टाकलं.
नंतरच्या वाटचालीत, भागीदार भेटले. दुरावले. जाताना आर्थिक फटका देऊन गेले; पण एकूण बाबांनी ही शर्यत जिंकली. जिंकताना त्यांनी सशाची गती घेतली. आणि स्थिर कसं व्हायचं याचा धर्म ते कासवाकडून शिकले. माणूस डोळस असला की, इसापनीतीतल्या पराभूत झालेल्या प्राण्याकडूनही तो काही ना काही शिकतो. म्हणूनच ससा-कासवांच्या शर्यतीच्या गोष्टीतून ससाही काहीतरी शिकवतो आणि कासवाच्या मंदगतीतही एक धडा लपलेला आहे, हे बाबांसारख्या चारच बुकं शिकलेल्या माणसाला समजतं.
आयुष्याचं पुस्तक वाचायला निराळंच इंद्रिय लागतं. सरकारनं मंजुरी दिलेल्या पुस्तकापेक्षा हे पुस्तक खूपच निराळं. या पुस्तकाची भाषा ही लिपी नसलेली भाषा आहे. म्हणूनच या पुस्तकाचं वाचन करणाऱ्या माणसाला डिग्री नाही. आयुष्याचं पुस्तक वाचणारा माणूस ओळखायचा कसा ? कधी ?
तर तो माणूस अर्थपूर्ण हसतो तेव्हा ओळखायचा. 'मी अडाणी माणूस आहे' यासारख्या वाक्यातून अशा माणसाची विद्वत्ता बाहेर पडते. नम्रतेचा पोशाख घालून चातुर्य जेव्हा प्रकट व्हायला लागतं तेव्हा, या माणसांची युनिव्हर्सिटी शोधायची नसते.

ही माणसं निराळीच.
चार बुकं शिकलेल्या माणसांना आपली हुशारी, आपलं ज्ञान, विद्वत्ता, रुखवतासारखी कधी मांडून ठेवू असं होतं. उलट बाबांसारखी माणसं, कार्यात पाकीटावर स्वत:चं नाव न घालता आहेर देऊन जाणाऱ्या आप्तासारखी असतात, म्हणूनच श्रमलक्ष्मीचा शब्द खरा करण्यासाठी महालक्ष्मीला भंडार गल्लीत यावं लागतं.
सहा आणे रोजगारीवर काम करणारे आणि त्यापूर्वी पायाचे तळवे ओले करून तापलेल्या रेतीतून चालणारे बाबा, आज तीन कारखान्यांचे मालक आहेत. पन्नास-पन्नास हजार रुपयांच्या रकमा पगार म्हणून हाताखालच्या सुतारांना महिन्याकाठी वाटत आहेत. दाराशी मोटारी आहेत. मुलांबाळांनी घर नांदतं आहे. उच्च शिक्षण घेतलेली सुरेश-अरुणची जोडी आजही, चार बुकं शिकलेल्या बापासमोर वर मान करून बोलत नाहीत. लाखो रुपयांचा फर्निचरचा व्यवसाय ही जोडी मोठ्या आत्मविश्वासानं करीत आहेत. मुंबईत असून, मुंबईकर झालेली नाहीत.
ही दानत कधी टिकते ?—आपलं मूळ गाव आठवतं तेव्हा दानत टिकते.
जिथं जन्म घेतो ते मूळ गाव असतंच. या पलीकडे मूळ गावाची काही वेगळी स्मृती असते का ?...नक्कीच नसते.
सुखाची जी साधनं हातात असतात, जे जे क्षण उगवतात, त्या क्षणापाशी पोहोचताना ज्या ज्या माणसांना सगळा प्रवास आठवतो; आणि हा क्षण इतक्या सहजी उगवलेला नाही याची जाणीव असते, त्या सगळ्या संवेदना ही मूळ गावं.
आज मालकीच्या वाहनात बसताना दरवाजा उघडून बाबा क्षणभर थांबतात. पायातली चप्पल काढतात. अनवाणी पायानं जमीन स्पर्शून घेतात. मग गाडीत बसतात. मूळ गावाची मी म्हणतो ती जाणीव अशी असते.
एकदा अशाच गप्पांच्या ओघात बाबांनी एक शिंपली उघडली.
"काळेसाहेब, पुढे चरित्र, म्हणजे पुस्तक लिहाल तेव्हा लिहा. मी अडाणी माणूस. पण एक आठवलं ते सांगतो. सरकोत म्हणून आमचा एक भागीदार. त्याचा पैसा आणि आमची अक्कल. आमची ही भागीदारी, सरकोतनं आम्हांला डुबवलं, हाकललं आणि संपवली. ज्या दिवशी भागीदारी गेली, तेव्हा काय केलं मी ? बायको गेलेली, सुरेश-अरुण एवढेस्से. दोन्ही मुलांना कुशीत घेऊन झोपलो आणि रडून रडून रात्रभर उशी भिजली. आपला बाप रात्रभर रडतोय हे पोरांना समजलं पण नाही. आणि वपुसाहेब, माप करा. मी भंडारी, तसा तुमच्याकडे अडाणी माणूस. भाषा अशुद्ध. स्पष्ट बोलतो. पण तेवापासून ठरवलं, तुमचं तुमच्या फॅमिलीवर जास्त प्रेम असलं तर, तुम्ही रडता कधी हे त्यांना

कधीच कळता कामा नये. उशी रात्रभर भिजली तरी चालेल.''

मी विचारलं—

''पण बाबा, आता उशी भिजण्याचे प्रसंग कमी झाले असतील ?''

बाबा पटकन् शिंपलीत जाऊन म्हणाले,

''नंतर बोलू. पुस्तक लिहाल तेव्हा.''

असाच मग साडेदहा-अकरा वाजता फोन येतो तो बाबांचाच असतो.

''माप करा काळे.''

''बोलो माहीमके बाबा.''

मी शांतपणे ऐकत राहतो. वेळी-अवेळी डिस्टर्ब केल्याबद्दल बाबा माफी मागतात.

मी म्हणतो, बाबांनी मला असंच रोज रात्री डिस्टर्ब करावं.

पण पुन: कधीही उशी भिजवू नये.

❁❁

निगुडकर

निगुडकरनी मला असंच एकदा विचारलं,
''माझ्याशी लग्न करताना तुम्ही माझ्यात काय
पाह्यलंत हो ?''
मी चक्क स्वत:लाच हा प्रश्न विचारला,
''की, खरंच तू काय पाह्यलस ?''
मग माझ्या लक्षात आलं. या प्रश्नाचं उत्तर
देणं फार कठीण आहे. कारण त्या वयात
प्रत्येक मुलगी अफलातूनच वाटायची.
तरीदेखील, दिसणारी प्रत्येक मुलगी आवडतच
होती असं नाही. पण निगुडकर दिसली.

तेव्हा ती नुसतीच चांगली मुलगी वाटली असं नाही तर ती एकदम त्या वेळी पत्नीच्या फॉर्ममधेच दिसली.

असं का वाटलं ?

याला उत्तर नाही.

या प्रश्नाचं उत्तर शोधण्यापेक्षा 'मराठी भाषेचा उगम आणि तिच्या प्रगतीचे टप्पे' या विषयावर प्रबंध लिहिणं सोपं आहे. त्यासाठी चारदोन प्राध्यापक पकडता येतील. तेही डझनाच्या संख्येनं 'साहित्य सहवास'च्या अंगणातच सापडतील. ते मला मनापासून टिप्स् देतील आणि 'वपु' डॉक्टरेट मिळवतील.

पण या असल्या प्रश्नांची उत्तरं कशी द्यायची ?

खरंच, मी तिच्यात काय पाह्यलं ?

मी तिला खरं तर, सांगूनसवरून बघायला गेलो नव्हतो. तिची मैत्रीण निर्मला दाते मला म्हणाली, "केवळ तुलाच आवडेल असं नव्हे, तर तुझ्या घरात जशा योग्यतेच्या मुलीची गरज आहे, तशी ती आहे. तुझ्याबरोबरच अण्णाचा आणि त्याहीपेक्षा जास्त विचार तुझ्या आईचा करूनच मी ही मुलगी प्रपोज करीत आहे."

मी निर्मलेबरोबर गेलो; निगुडकर दिसते कशी ते पाहायला. मनात म्हणालो, "नाही तरी, मुली दाखवण्यया समारंभात आपण प्रथम रूपच बघतो."

'विलक्षण देखणी' इथपासून 'चारचौघींत उठून दिसते' इथपर्यंत जे बघितलं जातं ते सौंदर्यच. त्यानंतर स्वभाव वगैरे जुळले तर तो योगायोगच. गेल्या जन्मी आपणही वड चांगला पूजला होता म्हणायचं.

तर, निगुडकर दिसायला कशी ?

त्याआधी निगुडकर कोण ?...तर निगुडकर म्हणजे सौभाग्यवती वसुंधरा (प्रा. अनंत भावे यांच्या भाषेत वपुंधरा) काळे.

पूर्वाश्रमीची ती निगुडकर. म्हणजे सव्वीस वर्षांपूर्वीचं आडनाव, निगुडकर पंचकन्यांपैकी ती एक. काळीसावळी ते निमगोरीच्या मधे, स्मार्ट तर निश्चितच... (त्याशिवाय आमचं लक्ष गेलं काय ?...क्रेडिट निर्मला दातेला असलं तरी...अर्थात् तसं आमचं लक्ष 'लक्ष' ठिकाणी. इथं प्रतिसाद मिळाला, एवढाच फरक.) तर स्मार्ट. उंची बेस्टपैकी. डोळे ग्रेट. (याच नजरेच्या धाकात पुढे वैवाहिक जीवन घालवावं लागणार आहे, या धोक्याच्या पाटीचा विसर पडलेला.) नाक तर सेट्सस्क्वेअरनं रेघ मारावी असं. (शेंड्यावरचा राग वगळून.) हे असं जरी सगळं होतं तरी, मी तिला विलक्षण रूपवान म्हणणार नाही. म्हणालो तर निगुडकर मला फटकन विचारील,

"मग अमकीतमकीकडे वळूनवळून का बघता ?"

या तऱ्हेचा प्रश्न निगुडकरनं मला बरेचदा विचारला आहे,
"तुमच्या नजरेतून लग्नाच्या वेळी ती 'ही' कशी काय सुटली ?"
मी एकदा याचं उत्तर दिलं—
"बाई ग, नजरेतून कोणीही सुटली वगैरे नाही. सौंदर्याच्या किती तरी तऱ्हा. तुम्ही बघूनबघून थकून जाल. कुठं भुलावं, किती वेळा मोहात पडावं याला गणतीच नाही. खूप रूपवती पाह्यल्या. आजही बघतो. दिसतंय तोपर्यंत बघत राहीनही; मोहूनही जाईन. पण, तुला जेव्हा पाह्यली तेव्हाही मोहातच पडलो होतो हे विसरू नकोस. पूर्ण चॉइस माझाच होता. तुझ्याशीच लग्न केलं पाह्यजे ही जबरदस्ती नव्हती. पत्नी म्हणूनही कायम आवडत राहशील असं ठामपण वाटलं. म्हणून लग्न केलं; आणि आजही तू मला कमालीची देखणी वाटतेस."
निगुडकरचं या उत्तरानं समाधान झालं की नाही हे मला माहीत नाही. माझं मात्र हे उत्तर मनापासूनचं होतं. आणि तसंच म्हणायचं तर,
'त्या वेळी माझ्यात तू काय पाह्यलंस ?' हा प्रश्न मीही विचारू शकतो. मुलींचं सौंदर्य जसं प्रथम पाह्यलं जातं, तसंच पुरुषांच्या बाबतीत त्याची प्राप्तीच बघितली जाते.
वपु तर त्या काळात कॉलेजात होते. नोकरीचा पत्ता नव्हता. आणि 'वपु' या नावानं ते ओळखलेही जात नव्हते. 'राजकमलचे आणि ललितकलादर्शचे नेपथ्यकार पु. श्री. काळे यांचा मुलगा' ही आमची वडीलोपार्जित इस्टेट.
पण केव्हातरी निगुडकर पाहुण्यांना सांगते, "मी तेव्हा यांच्या केसांवर भाळले." हे खरं आहे. भाळावं असे आणि इतके केस आम्हाला होते. ते सगळे गेले. निगुडकरची दोनच बाळंतपणं झाली, पण केस आमचे गेले.
माझे जसे केस गेले, तसं निगुडकरचं गाणं गेलं. निगुडकर तेव्हा आवडण्याचं प्रमुख कारण तिचं गाणं. ती तिच्या घरातले चौकी-पहारे चुकवून भेटायला यायची. आम्ही तिच्या घरी जाणं शक्यच नव्हतं. नंतर नंतर आम्हीही राजरोस गडावर जाऊ लागलो. त्यासाठी आमच्याजवळ 'तिळा उघड' या प्रकारचा मंत्रही होता. तो मंत्र कोणता ?
तर त्या काळात आम्ही नागपुरी साड्यांची एजन्सी घेतली होती. कॉलेज, गॅदरिंग, आफळेबुवांच्या कीर्तनाला व्हायोलिनची साथ करणं यांसारख्या थँकलेस कामांतच, थोडी कमाई करायची म्हणून हा साड्यांचा उपद्व्याप. सकाळ-संध्याकाळ साड्यांचे गठ्ठे अक्षरश: खांद्यावर टाकून मी भटकत असे. साड्या म्हणताच स्वागत घराघरातून. त्याच मंत्रावर आम्ही निगुडकरांच्या किल्ल्यात प्रवेश मिळवला. तरीही, निगुडकरचे तीन भाऊ डोळ्यांत तेल घालून निगुडकरच्या अवतीभवती उभे असत.

निगुडकर रोज एक साडी ठेवून घेत असे आणि 'तेवढी बरी नाही वाटली' म्हणत दुसऱ्या दिवशी परत करायला येत असे. प्रत्येक वेळी आम्ही तिच्याकडून एकदोन गाणी आणि इतर खंडणी वसूल करून तिला गडापर्यंत गुपचुप सोडायला जात होतो.

निगुडकर वस्तादच. लग्न होईतो, निगुडकरच्या नावानं, एकाही साडीसाठी आम्हाला पावती फाडता आली नाही. नंतर नंतर तर अण्णाही सांगू लागले, "तुझी ती आली होती रे ऽ ऽ."

"कोण अण्णा ?" निश्चित कुठली 'ती' हे कळण्यासाठी माझा प्रश्न.

बापलेकाचं नातं विसरून डोळा मिचकावीत अण्णा सांगायचे,

"ती रे...रोज एक साडी नेते आणि दुसऱ्या दिवशी परत करते...ती."

दुकानातून साडी आणणं आणि घर गाठल्यावर विचार बदलल्यामुळे साडी परत करून दुसरी आणणं हा निगुडकरचा क्रम आजही जारी आहे. तिच्या दर वाढदिवसाला मी गुपचुप साडी आणायची; आधल्या दिवशी ती स्वत:च्या किंवा कमलाबाईंच्या घरात लपवून ठेवायची आणि सकाळी उजाडता तिच्या हातात ठेवायची, हा भाबडेपणा मी बरीच वर्षे केला. निगुडकरने मग ती साडी बदलून आणायची हा क्रमही अटळ. मी चित्रकार असूनही माझा रंगाचा चॉइस भयानक असतो असा निगुडकरचा 'लाल शाईतला' शेरा. 'साडी आणताना मला का नेत नाही ?' हा पाठोपाठ प्रश्न.

"त्यामुळे चकित करण्याचा आनंद मिळत नाही," हे माझं ठरलेलं उत्तर.

मग निगुडकर साडी बदलून आणते. आणि मला चकित करते. आल्यावर पंधरा रुपयांची बचत करून स्वस्त साडी आणली हे आवर्जून सांगते. पण त्याच वेळी, साड्यांच्या दुकानाजवळच्या हॉटेलला भेट दिल्याचं सांगत नाही. निगुडकरला अजूनही एकदम पोटात खड्डा पडल्याचं जाणवतं. डोसा किंवा उत्तप्पा खाल्याशिवाय तो खड्डा भरून निघत नाही.

क्वचित केव्हातरी तिच्या पोटात एकदम आग पडते किंवा जेवण वरवर जायला लागतं. दोन्ही वेळेला मग कुलफीशिवाय 'छुटकारा' नाही.

निगुडकरला खाण्याचा शोक आहे, पण त्यापेक्षा कितीतरी पट जास्त शोक खिलवण्याचाही आहे. वेळी-अवेळी (त्यातही अवेळी जास्त) हां हां म्हणता दोस्तराष्ट्रं जमतात; आणि निगुडकर उत्साहानं पदर खोचते. उत्तम पाकसिद्धी इथंच ती थांबत नाही; तिनं बनवलेला पदार्थ खायचा कसा याचं दिग्दर्शनही ती पंगतीतल्या खवय्यांना करते. किती घासांनंतर मधेच एक चमचा टोमॅटो-सार कसं घ्यावं इतक्या 'डिटेल'सहित तिचं दिग्दर्शन असतं.

यशवंत देवांचा 'स्वरयामिनी'चा अफाट रंगलेला कार्यक्रम. तो रात्री बारा-साडेबाराला

संपला. मग आमच्या गप्पा रंगल्या. कार्यक्रमाची नशा इतकी सर्वांना चढलेली की रंगलेली बैठक आवरती घेताच येईना. रात्री एकनंतर पंधरासोळा मंडळी शिवाजी पार्कहून वांद्र्याला आली आणि अकरा झपूर्झात रात्री एकनंतर पाकसिद्धी सुरू झाली. मनासारखा मेनू जमून अभ्यागतानं पहिल्याच घासाला दाद देईतो, निगुडकरचा चेहरा विलक्षण आर्त होतो.

अशा प्रत्येक क्षणी ती मला कमालीची देखणी दिसलेली आहे. त्या दिवशीची देवांची स्वरयामिनी पहाटे संपली.

केव्हातरी एका महाशिवरात्रीला अण्णांनी उल्लेख केला होता,

''आमची आई आषाढी द्वादशीला सकाळी आठ वाजता पुरणाचं जेवण वाढून एकादशीचा, त्याचप्रमाणे महाशिवरात्रीचा उपवास सोडीत असे.''

निगुडकर त्याच रात्री दोन वाजता उठली. दुसऱ्या दिवशी सकाळी साडेसात वाजता, राजकमलमधे जाण्यापूर्वी पुरणावरणाचं जेवण तयार होतं. त्या वेळेला निगुडकर आठ महिन्यांची गरोदर होती. पुरणाची पोळी पानात पडताच अण्णांनी विस्मयानं वर पाह्यलं. त्या वेळी तर आठव्या महिन्यानं दमलेली, रात्रीच्या जागरणानं तारवटलेली निगुडकर इतकी विलक्षण देखणी...

वसंत कानेटकरांच्या एका नाटकाचं वाचन. डॉ. साठे यांचा शिवाजी पार्कचा 'सदासुंदर' नावाचा बंगला आणखीनच सुंदर झालेला. वसंतरावांच्या नाट्यवाचनानं डोकं आऊट झालेलं.

तरीही शेवटी निगुडकरनं आठवण केली,

''वसंतरावांना विचारून घ्या ना !''

मग मलाही आठवण झाली. त्याच वर्षी वसंतराव महाराष्ट्र सरकारच्या उत्कृष्ट साहित्याला पुरस्कार देणाऱ्या परीक्षक मंडळात होते. माझ्या 'कर्मचारी' पुस्तकाचा नंबर लागल्याची बातमी, नागपूरहून वामनराव चोरघडे यांच्या मित्रानं कळवलेली. वामनराव पण त्याच मंडळातले. मी खात्री करून घेण्यासाठी वसंतरावांना विचारलं. ते म्हणाले,

''फायनल फेरीपर्यंत त्या पुस्तकाचा नंबर होता. पण तुमचे मुंबईचेच एक परीक्षक मधे आले. 'या पुस्तकाला पारितोषिक मिळता कामा नये.' असा त्यांनी आग्रह धरला.''

मी आणि निगुडकर रात्री साडेनऊ दहा वाजता, नाटकाचं वाचन संपल्यावर तसेच समोर चौपाटीवर आलो. निगुडकरच्या चेहऱ्यावर दूरवरच्या दिव्याचा अंधुक प्रकाश पडलेला. समोर समुद्र. लाटांचाच काय तो आवाज. बाकी सगळं शांत. निगुडकरही शांत, निःशब्द.

हे कसं काय ? तर ती चक्क आतल्या आत रडत होती. डोळ्यांत तरारून पाणी आलेलं.

'कर्मचारी'ला बक्षीस मिळालं नाही म्हणून ती घळाघळा रडतेय्. इतकं सुंदर बक्षीस मला सरकार तरी देऊ शकणार होतं काय ? किंवा एका तरी लेखकाला मिळालं असेल काय ? त्या वेळचं देखणेपण शब्दांत कसं पकडावं ?

त्या दु:खात आणखी एक शल्य होतं. जो परीक्षक-टीकाकार बक्षिसाच्या मधे आला होता, तोच तिच्या हातचं चमचमीत जेवण आडवा होईस्तोवर जेवून गेला होता. अशा माणसांना निगुडकरच्या राज्यात क्षमा नाही. मनातल्या मनात 'देहान्त शासनाशिवाय' दुसरं शासन नाही.

निगुडकरनं त्या रात्री खरं तर मला धक्काच दिला होता. माझ्या साहित्यनिर्मितीबद्दल तिच्या मनात खूप आदराची वा नितांत कौतुकाची जागा आहे, असं मला मुळीच वाटत नाही. ती एक कठोर टीकाकारच आहे. उत्कृष्ट साहित्यनिर्मितीच्या पुरस्कार मंडळावर जर तिची स्वत:चीच नियुक्ती झाली तर, वपुंना कधीही बक्षीस मिळायचं नाही. माझ्या अनेक कथा तिला आवडलेल्या नाहीत. आणि ज्या कथा आवडल्या होत्या त्या कथांनाही तिनं तत्परतेनं खळखळून दाद दिलेली नाही. 'रंगपंचमी' सारखं पुस्तक वाचून अनेक वाचक पागल झालेले आहेत. निगुडकरला, मी हे लिखाण का केलं हेच कळत नाही. माझी प्रत्येक कथा अप्रतिम व्हायला हवी असं तिचं म्हणणं. कथाकथनाच्या एकपात्री कार्यक्रमातल्या पाचसहा कथांपैकी, एखादी कथा जर श्रोत्यांनी कमी उचलून धरली तर घर, गाठायच्या आत निगुडकरच्या कोर्टात ती कथा 'मरेपर्यंत फाशी' गेलेली असते.

वेडंवाकडं काही लिहिलं जाता कामा नये. त्याचप्रमाणे वागताही कामा नये, असं तिचं अट्टाहासपूर्वक म्हणणं. वयानुसार असं काहीतरी होणारच हे तिला साफ नामंजूर.

सुहास अवघा सात वर्षांचा. त्यात 'रायगडला जाग येते'सारख्या नाटकात काम करण्याची संधी मिळालेली. त्या एवढ्याशा जिवाला एक प्रचंड जादूगाराची गुहाच सापडलेली. एक भव्य, केवळ प्रकाशाच्या दालनात नेऊन सोडणारी वाट दिसलेली. त्याचा अर्थबोधही न होणारं वय. प्रवास, जागरणं, वेळीअवेळी खाणं-पिणं याची सर्कस पंधरापंधरा दिवस, दौऱ्याच्या निमित्तानं. निगुडकर दौऱ्यावर जात असे. तिच्या स्वत:च्या नीटनेटक्या, टापटिपीच्या आणि त्याच वेळी निष्कपटी मनमोकळ्या स्वभावानं ती प्रत्येकाला जवळची वाटू लागली. गोवा हिंदू असोसिएशन ही संस्थाच विलक्षण शिस्तीची. कोणताही वावदुकपणा आणि कोणत्याही कलाकाराची आगाऊगिरी सहन न करणारी संस्था. सुहास त्याच्या वयाला साजेल अशा खोड्या करायचा. संस्थेचं नाव आपल्या खोडकर मुलापायी जाईल या भीतीनं, काळजीनं, सुहासच्या खोड्यांपायी निगुडकर स्वत:ला शिक्षा म्हणून उपवास करायची. सात वर्षांच्या सुहासला त्याच्या वयातल्या चुका करायचीही मुभा

नव्हती. निगुडकरला फक्त आदर्शवाद माहीत आहे. वास्तवता नावाच्या अटळ परिस्थितीला तिच्या साम्राज्यात जागा नाही.
सुहास-स्वातीचं काहीही (तिच्या दृष्टिकोनातून) चुकलं की, उपवास करण्याचं धोरण मात्र तिनं बदलायला नको होतं. ते कायम राह्यलं असतं तर, निगुडकर पंचावन्न साली जशा स्लिम, सडसडीत बांध्याची होती तशीच राह्यली असती. जिथं सुहासला बालसुलभ गोष्टी करायची बंदी होती; तिथं तारुण्यसुलभ गोष्टी न करण्याचं 'वपु'वर केवढं बंधन असेल याची कल्पना केलेली बरी. त्यासाठी मात्र तिनं उपोषणाचं व्रत घेतलं नाही ते बरं झालं. आमचं तारुण्य संपत नाही आणि 'सुलभ सुलभही.' तिला महिनोन् महिने उपोषणच करावं लागलं असतं.
अर्थात कोणत्याही कारणासाठी निगुडकरला उपोषण परवडणं अशक्य. कारण खाण्या-खिलवण्याची दांडगी हौस.
पण जर अधूनमधून उपोषण करती तर, वजन आटोक्यात राह्यलं असतं आणि मुख्यत: तिची स्पॉण्डिलायटिसची उपाधी कमी झाली असती. ही व्याधी गेली पंधरासोळा वर्षं तिची पाठ पुरवून आहे. केव्हाही ॲटॅक येतो. डोक्याचा मागचा भाग अतोनात दुखतो. त्या वेळी तिचा चेहरा बघवत नाही. पालेकरांपासून डॉ. नंदू लाडपर्यंत सर्वांनी वजन कमी करायला हवं असं सुचवलं आहे. डाएटिंग करा असं सांगणारा डॉक्टर भेटला की तो बदलायचा, हेही निगुडकर कटाक्षानं संभाळत आहे. असं जरी असलं तरी तिच्या या दुखण्याचं तिनं भांडवल केलेलं नाही. ॲटॅक ओसरला रे ओसरला की, ती ओचेपदर बांधून उभी असते.
निगुडकर जशी आळशी नाही, त्याचप्रमाणे काम उरकायचं म्हणून उरकायचं अशी पण तिची वृत्ती नाही. तिच्या कामात डौल आहे, नीटनेटका आटोपशीरपणा आहे. जेवण नुसतंच चविष्ट असतं असं नाही, तर तिनं वाढलेलं पानही बघण्यासारखं असतं. भरमसाट वाढलेले, ताटात हातपाय पसरून लोळवणारे सारस्वती पदार्थ चविष्ट असले तरी खावेसे वाटत नाहीत. निरगुडकर या छोट्या छोट्या संकेतांबद्दल दक्ष आहे. तिनं शिवलेलं छोटंसं झबलंही रुबाबदार दिसतं. स्वत:ला कोणत्या रंगाची साडी शोभते आणि कुठली शोभत नाही, याबद्दल तिची ठाम (आणि चुकीची) मतं आहेत. त्या मतांप्रमाणे ती वागते. गबाळेपणा, गलथानपणा या गोष्टींना थारा नाही. तिचा पदर जसा गेल्या सव्वीस वर्षांत अकारण ओघळलेला मी पाह्यला नाही; त्याप्रमाणे 'ब्रा'चं टोकही लोंबताना पाहिलेलं नाही.
वपुंचं ऑब्झर्वेशन दांडगं आहे, असं माझे वाचक म्हणतात. असेलही. अशी निरीक्षणशक्ती प्रत्येक लेखकाकडे असतेही. प्रमाण कमीजास्त आणि निरीक्षणाचे विषय वेगळे, एवढाच काय तो फरक. चालता-बोलता माणूस हेच माझ्या

लेखनाचं केंद्रस्थान असल्यानं माझं माणसांकडे लक्ष जास्त असतं, इतकंच. पण त्यासाठीही, प्रत्येक माणसाकडे माझं सतत लक्ष असतं असं नाही. अत्यंत नीटनेटकी राहणारी सहचरी भेटल्यापासून 'स्त्री कशी राहू शकते' हे रोज दिसत होतं. मग 'कशी नसावी' याचं सूक्ष्म वर्णन करण्यासाठी गबाळ्या बायका मुद्दाम न्याहाळाव्या लागत नाहीत. निगुडकर तशी गबाळी नसतानाही मी जर एखाद्या कथेत गबाळ्या बाईचं वर्णन केलं तर ती अस्वस्थ होते.

''वाचकांना वाटेल, वपुंची बायकोच तशी आहे, म्हणून वपु अचूक वर्णन करू शकतात. माझी बदनामी होते, आता या गोष्टीची रॉयल्टी माझी.''

'रॉयल्टी' किंवा एकूणच पैसे हा निगुडकरचा वुइक पॉइण्ट. संपूर्ण पगार आणि कार्यक्रमांचे पैसे तिच्या ताब्यात असतात. तरीही, 'मला पॉकेटमनी मिळत नाही' असं खेदानं सांगते. या दुःखात (?) भर म्हणूनच की काय, गंगाधर गाडगीळांच्या सौभाग्यवती अधूनमधून येतात आणि महिना जेमतेम दोनतीन हजार पॉकेटमनी किती अपुरा पडतो हे सांगतात. मी तेव्हा निगुडकरला सांगतो, 'बाई ग, गाडगीळांची गोष्टच निराळी. मराठी वाङ्मयात दालनं उघडणारा तो लेखक. मी दालन तर सोडच, साधं व्हेंटिलेटर पण उघडलेलं नाही. त्यांच्या साध्या एकपानी 'फिरकी'त जेवढी ताकद आहे, तेवढी माझ्या दीडशे-दोनशे पानी कादंबरीतही नाही. आणि त्याहीपेक्षा, स्वतः मिसेस गाडगीळ बँकेचे व्यवहार बघतात, त्याचं काय ?

यावर निगुडकर गप्पच बसते. ती हुशार आहे, तरी बँकेचे, पोस्टाचे वगैरे व्यवहार म्हटलं की तिच्या पायांखालची जमीन सरकते. किंबहुना, चार भिंतींच्या बाहेरचं कोणतंही काम म्हटलं की, 'राष्ट्रगीत' म्हणताना ऐकणारा स्थिर उभा राहतो तशी तिची अवस्था होते. आणि चेहऱ्यावरचे भाव 'दोन मिनिटं शांत उभं राहून श्रद्धांजली' वाहताना असतात तसे होतात. मात्र दोन्ही वेळेला, जाता-येताना वाहन (म्हणजे बस नव्हे) असेल तर ती 'स्मार्टली' कोणतंही काम करायला तत्पर असते.

काही फुलं चंद्रप्रकाशातच फुलतात, तर काही सूर्यप्रकाशात. प्रत्येक व्यक्तीचं एकेक बलस्थान असतं. त्याप्रमाणे निगुडकरचं बलस्थान अकरा झपूर्झातच आहे. तरीही ती, माझी 'पी. ए.' आहे. त्या पी. ए. ची फोड फक्त 'पर्सनल असिस्टंट' नसून 'पे ॲब्सॉर्बर' अशी मी करतो.

निगुडकर घरातच रमते. 'वनिता,' 'भगिनी,' 'गृहिणी'सारख्या समाजात वा मंडळाच्या वाटेला ती कधी गेली नाही. त्याचप्रमाणे काही भगिनींप्रमाणे, 'तुझी माझी धाव आहे, ग्राहक योजनेकडून भिशीकडे' यातही ती नसते. त्या सर्व चळवळींतून निसटायचं कसं, हे तिला 'खुर्ची का मिर्ची' डावात ज्या चापल्यानं निसटावं लागतं त्या चापल्यानं समजून निसटता येतं. ती कधी निसटली हे इतर

मेंबर्सना कळत नाही.
ती अशी घरातच रमणारी का झाली असेल ? त्याला कारण आहे.
पंचावन्नमधे शादी. अण्णांचा जेवणाचा डबा सकाळी आठपूर्वी तयार ठेवावा लागत असे. अण्णांचे जेवणाचे हाल नकोत म्हणून ती फारशी माहेरी गेली नाही. सत्तावन्नमधे सुहासचा जन्म. एकसष्टमध्ये स्वातीचं आगमन. अण्णांची राजकमलची नोकरी आणि ललितकला, नाट्यसंपदा इत्यादींची नेपथ्याची कामं बासष्टपर्यंत. म्हणजे अण्णांच्या वयाच्या पंचाहत्तर वर्षांपर्यंत चालली होती. पासष्ट सालापासून सुहासचे 'रायगड'चे प्रयोग सुरू झाले. एकोणसत्तरपासून स्वाती पण 'मला काही सांगायचंय्'चे प्रयोग करू लागली. त्यात माझं कथाकथन आणि नोकरी. एका दिवशी तर स्वाती, सुहास आणि मी एकाच वेळी निरनिराळ्या प्रवासांत होतो. आम्हां चौघांना सतत आमच्या वेळापत्रकांसकट आणि वेळापत्रकांसाठी सांभाळणं ही तारेवरची कसरत होती. त्यात भर म्हणजे, पाण्याची बोंब. पाठीच्या कण्याचं दुखणं सांभाळत, खालच्या मजल्यावरून पाणी भरायला लागायचं. पाहुणे तर कोसळायचेच. आमच्या सगळ्यांच्या घरी येण्याच्या वेळा निराळ्या, पण कुणालाही त्या वेळेला कुलूप उघडून घरात येण्याची वेळ येणार नाही, याबद्दल निगुडकर जागरूक. एवढ्याचसाठी तिनं गाणं सोडलं. इतकंच नव्हे तर, 'लेकुरे उदंड जाली' या नाटकात हिरॉईन म्हणून मागणी येऊनही, होम फ्रंट सांभाळण्यासाठी तिनं नकार दिला. 'तत्त्वा'चं निमित्त सांगून अण्णांनी कोणत्याही गोष्टीला कधी हरकत घेतली नाही. ते सुधारक होते. ते म्हणाले, 'झेपणार असेल तर काम करू दे.' तिनं काम केलं असतं तर, निगुडकरच्याच भाषेत, ती आज कुठच्या कुठे गेली असती.
मी व सुहास 'विश्वचि माझे घर' म्हणणारे, आणि निगुडकर 'घरात विश्व' मानणारी. म्हणूनच चार भिंतींच्या बाहेर काय सोडावं लागतं, कशाचा अट्टाहास धरावा लागतो, कितीदा अपमान सोसावा लागतो आणि किती वेळा यश हुलकावणी देऊन जातं, याचा तिला अंदाज नाही. घरी येणारी माणसं निराळ्या मुखवट्यांसकट येतात. बाहेरच्या उघड्या वाऱ्यावर लिटमस पेपरप्रमाणे त्यांचे रंग बदलतात, हे तिच्या गावी नाही. साध्या साध्या गोष्टींत तिला कोणीही फसवू शकतो. आवाज बदलून केलेले फोन ती बराच वेळपर्यंत ओळखू शकत नाही. सुहास किंवा डॉ. पंतवैद्य तिच्या अनेकदा फिरक्या घेतात.
लंडन, अमेरिका, कॅनडा दौरा करत असतानाही 'मुंबईत मुलं जेवली असतील का या वेळी...' यासारखे विचार तिचा पाठपुरावा करीत होते. दिसणाऱ्या प्रत्येक कपड्याचा, वस्तूचा मोहच व्हावा अशी ती शहरं; पण बजेट लिमिटेड. पंचवीस हजारांच्या कर्जाची जाणीव आमचे पाय सतत जमिनीवर ठेवत होती. निगुडकर कल्पनेनंच तिथले नाना रंगांचे गाऊन्स आणि सुटाची कापडं स्वाती-सुहासच्या

अंगांवर चढवून त्यात हरवून जायची. मती कुंठित करणाऱ्या त्या प्रदेशात मीही हरवलो होता. तीही हरवली होती. पण दोघांच्या हरवण्यांत 'लंडन' ते 'अकरा झपूर्झा' इतकं अंतर होतं. तिचं ते हरवणं किती सुंदर होतं हे, खरंच कसं सांगू ? तो चेहरा टिपणं कॅमेऱ्यालाही शक्य नव्हतं. शॉपिंगच्या निमित्तानं 'मॉल'मधून हिंडताना निगुडकर एक दिवस चष्मा विसरली. त्या दिवशी मी तिला आवडलेल्या वस्तूची किंमत तीन डॉलर असली की, आठ डॉलर सांगून खूप बचत केली. लेबलवरचा पुसट शाईतला तीनचा आकडा, नीट न उमटलेला आठासारखा वाटायचा. माझ्या डोक्यात मुलांबरोबरच कर्जाचा विचार. तिच्या डोक्यात फक्त मुलांचा विचार. म्हणूनच समोर नायगारा कोसळत असताना, कॅनडा व अमेरिकेच्या एकदम दिसणाऱ्या सरहद्दी डोळ्यांत साठवण्याऐवजी, निगुडकरला, साहित्य-सहवासाची सरहद्द आठवत होती. ते उदासवाणं सौंदर्य पाहून, नायगाराही क्षणभर जास्त जोरात वाह्यल्यासारखा वाटला.

निगुडकरला सून आली आहे. नातवंडाची चाहूल लागली आहे. भावी जावयाची मोटारसायकल पण झपूर्झापाशी थांबायला लागली आहे.

सव्वीस वर्षांच्या सहवासानं एकमेकांचे स्वभाव सहीन् सही समजले आहेत, असं आम्ही म्हणतो. पण ते काही खरं नाही.

परवाच ती म्हणाली,

"तुमच्या काळ्यांच्या घरात टिकणं ही एक अवघड गोष्ट आहे."

त्याबरोबर मी सावरून बसलो. तिच्याकडे पाहू लागलो.

आमचं काळ्यांचं घर ? सव्वीस वर्षं ती या घरात आहे तरी, 'तुमचं काळ्यांचं घर ?'—मग ही कोण ?

तर ही निगुडकर.

"माझ्यात असं काय पाह्यलंत ?"—असं विचारणारी निगुडकर.

मला वाटलं, सव्वीस वर्षांपूर्वी मी हिच्यात काय पाह्यलं हे तर मला नाहीच सांगता येणार, पण सव्वीस वर्षांच्या वाटचालीत मी किती किती वेळा, हिच्यात काय काय पाहून भारावलो हेही सांगता येणार नाही.

खरोखरच, ती आजही माझी निगुडकरच आहे.

स्लिम, सरळ नाकाची, टपोऱ्या डोळ्यांची, गाणारी आणि रोज एक साडी नेणारी आणि दुसऱ्या दिवशी परत करणारी—

निगुडकरच.

✿✿

टी टी

''मूर्ख माणसाशी गाठ पडली तर काय
करावं ?'' हा माझा प्रश्न.
''त्याला टाळावं.''
''त्याला तो किती मूर्ख आहे हे पटवून द्यावं.''
''मूर्ख म्हणून सोडून द्यावं.''
''एक झापड मारावी.''
''अशा माणसाला मुद्दाम पार्टीला बोलवावं
आणि त्याच्या मूर्खासारख्या वल्गना ऐकाव्यात.
म्हणजे वेगळी करमणूक लागत नाही.''
प्रश्न एक; उत्तरं अनेक.

सुरेश भट म्हणतात त्याप्रमाणे.

"एक साधा प्रश्न माझा. लाख येती उत्तरे. हे खरे की, हे खरे, की हे खरे, की हे खरे ?"

सगळी उत्तरं खरी असली तरी आणखी एक वेगळं उत्तर उरतंच.

ते उत्तर माझं. ते माझं उत्तर म्हणून वेगळं आहे असं मला म्हणायचं नाही; तर या सर्व उत्तरांत ते उत्तर 'अपवाद'च ठरणार आहे. याचं कारण, मूर्खांमूर्खांतही अपवाद असतात.

टीटी म्हणून एक अपवाद आहे.

टीटी म्हणजे त्र्यंबक टिळक.

टीटीइतका मूर्ख माणूस मी सध्याच्या जगात पाह्यला नाही. मी तो कधी भेटेल याची वाट बघतो. कारण हा मूर्ख, येडपट माणूस मला आवडतो.

कोणत्या कामाच्या संदर्भात हा प्राणी मला प्रथम भेटला ते आता आठवत नाही. पण ठरवलेलं काम संपल्यावर जाताना त्यानं आपलं व्हिजिटिंग कार्ड मला दिलं आणि तो म्हणाला,

"हे कार्ड तुम्ही नक्की सांभाळून ठेवाल."

तो गेला. जाताना तो असं का म्हणाला असेल याचा मी विचार करू लागलो. मग त्याचं कार्ड मी बारकाईनं पाहायला सुरुवात केली. चारचौघांसारखंच त्यानं आपलं नाव कार्डावर छापलं होतं. अगदी सहज म्हणून मी त्या कार्डाची मागची बाजू पाह्यली; त्याबरोबर त्याच्या बोलण्याचा उलगडा झाला. कार्डाच्या मागच्या बाजूला त्यानं अत्यावश्यक असे महत्त्वाचे दहा-पंधरा फोन नंबर्स छापलेले होते. महापालिकेची मुख्य हॉस्पिटल्स, ॲम्बुलन्स, शववाहिका, फायर ब्रिगेड, रक्तदान केंद्राबरोबरच काही ब्लड बँक्स...असे अनेक नंबर्स त्यात होते.

मी खरोखरच ते कार्ड हाताशी येईल अशा ठिकाणी ठेवलं.

एखाद्या व्यक्तीची आणि आपली गट्टी जमली की, त्याचं व्हिजिटिंग कार्ड आपण सांभाळतोच असे नाही. पण त्र्यंबक टिळकचं कार्ड मी सांभाळलं ते दर्शनी भागापेक्षाही मागच्या बाजूसाठीच.

टीटी वेगळाच होता.

केव्हातरी तो आणि मी एका हॉटेलात गेलो. चहापाण्यापेक्षा गप्पा महत्त्वाच्या होत्या. बाहेर पडताच टीटीनं काउंटवर पाचाची नोट टाकली.

"साहेब, ही नोट खोटी आहे."

कॅशियरनं असं सांगताच आम्ही चक्रावूनच गेलो. वादविवाद करण्यात काही अर्थच नव्हता. टीटीनं दुसरी नोट पुढे केली.

आम्ही हॉटेलच्या बाहेर पडलो. टीटी क्षणभर थांबला. त्यानं खिशातून लाइटर

काढला आणि ती नोट चक्क जाळून टाकली.
''तू हे काय करतोयस ?'' असं मी मधेच म्हणालोही.
टीटी म्हणाला—
''मी ही नोट सहज कुठंही खपवू शकलो असतो. एखादा मोरू सहज भेटला असता.''
''मग ?''
''ही नोट अशीच सर्क्युलेशनमध्ये राह्यली असती आणि कदाचित एखाद्या अतिशय नाडलेल्या माणसाच्या हातात गेली असती. कदाचित त्या नोटेसहित तो एखाद्या केमिस्टकडे गेला असता आणि केमिस्टनं औषध नाकारलं असतं तर ?''
''पण टीटी...''
''पाच रुपयाची नोट जाळण्याइतपत परमेश्वरानं मला ऐपत दिली आहे...''
''मी तेच विचारणार होतो. ही नोट शंभराची असती तर ?''
टीटी म्हणाला—
''जो परमेश्वर मला पाचाची नोट जाळायची ऐपत देतो, तोच मला शंभराची नोट जाळण्याचीही ऐपत देईल. भविष्यकाळात मी सत्कृत्य करू शकेन की नाही, याच्याशी मला आज कर्तव्य नाही. मी जर आज चांगली गोष्ट करू शकत असेन, तर का करायची नाही ?''
माझ्याजवळ उत्तर नव्हतं.
टीटीनं असंच एकदा मला चक्रावून टाकलं. आम्ही टॅक्सीसाठी थांबलो होतो. दोघांनाही हव्या असलेल्या नाटकाचा सकाळचा प्रयोग होता. आम्ही ठरवून दांड्या मारल्या होत्या आणि नाटकाला गेलो होतो. प्रयोग सुटला होता. पोट भुकेनं कडाडलं होतं. वाहनाची नितांत गरज होती आणि मुंबईचे टॅक्सीवाले बेपर्वाईनं न थांबताच जात होते.
थिएटरपासून हॉटेलपर्यंत चालत गेलो तर लांब, पण टॅक्सीवाल्यानं अकारण नकार द्यावा अशा अंतरावर. आणि तेवढ्यात एक कोरी करकरीत टॅक्सी इशारा करताच थांबली.
आम्ही टॅक्सीत बसलो.
टॅक्सी चालू केल्याबरोबर टॅक्सीवाला गाऊ लागला. यानं ऐन दुपारी 'चढवली' की काय असं वाटलं. गाता गाता स्टिअरिंग गच्च धरून तो जागच्या जागी नाचू लागला. इतर टॅक्सीवाल्यांना मधेच अभिवादन करीत राह्यला. मग गाणं थांबवून तो समोरच्या आरशातून आमच्याकडे पाहून बोलू लागला,
''साब, भगवान देता है तब छप्पर फाडके देता है.''
''आज बहोत खुश दिखते हो ?''

“ऐसाही.”
हॉटेलजवळ टॅक्सी उभी राह्यली. तोपर्यंत त्यानं आंनदाचं कारण सांगितलं नाही. गाडीतून आम्ही उतरण्यापूर्वी त्यानं ‘साब जरा ठहरो’ असे म्हणत आमच्या दोघांच्या हातावर दोनदोन पेढे ठेवले आणि पेढ्यांचं कारण विचारायच्या आत तो आतून फुलून येत म्हणाला,
“आज इस गाडीकी डिलिव्हरी मिल गयी. आर. टी. ओ. पासिंग किया, और पहला पॅसेंजर आप है. मुँह मीठा करो.”
टीटी क्षणभर थबकला आणि टॅक्सीवाल्याला म्हणाला, “जरा ठहरना.”
टीटीनं समोरच्या दुकानातून सहा-सहा रुपयांचे दोन रुमाल विकत घेतले आणि ते टॅक्सीवाल्याला देत तो म्हणाला,
“हमारी तरफसे इस खुशीके अवसर पर.”
जेवताना मी त्याला विचारले,
“हा टॅक्सीवाला तुला पुन्हा भेटेल का ?”
“न भेटण्यातच मजा आहे. आणि भेटला तर तो मला ओळखणारही नाही.”
“तू ओळखशील ?”
“नक्कीच. अर्थात नंबरावरून. एमएमक्यू ५३०८. अर्थात मी ओळख देणार नाही.”
“का ?”
“त्यातच गंमत आहे.”
टीटीच्या घरी आमचं एकदा टोळकं जमलेलं. गप्पाटप्पा आणि वगैरे वगैरे चाललेलं. तेवढ्यात फोन वाजला.
टीटीनं फोन उचलला.
“हॅलो, नो. नो. आय ॲम टिळक.”
फोन खाली ठेवत तो म्हणाला,
“डॉ. सप्तर्षींची चौकशी करीत होता बिचारा.”
मग फोन आणि रॉंग नंबरवर न संपणारी निष्फळ चर्चा झाली. कुणीतरी मुंबईच्या फोनची नवी व्याख्या ऐकवली—
“हाफ द पीपल आर वेटिंग फॉर न्यू कनेक्शन्स् ॲण्ड रिमेनिंग फॉर डायलटोन.”
तेवढ्यात पुन: फोन वाजला. टीटीनं सांगितलं,
“नो सर, धिस इज नॉट डॉ. सप्तर्षीज् नंबर. व्हिच नंबर यू आर डायलिंग ?...ओ. के.”
आमच्यापैकी एकानं गप्पागोष्टीत व्यत्यय नको म्हणून रिसीव्हर उचलून ठेवला. टीटीनं तो लगेच हातात घेतला आणि एकशेसत्त्याण्णव नंबर फिरवला. मग

त्यानं ऑपरेटरला डॉ. सप्तर्षींचा जुना नंबर बदललाय का ते विचारले. थँक्यू म्हणून त्यानं फोन ठेवून दिला.

टीटीनं फोन ठेवताक्षणी परत बेल वाजली. पुन: रॉंग नंबरवरच फोन आला होता. या वेळेला मात्र टीटी म्हणाला—

''जस्ट अ मिनिट सर, मी टिळकच बोलतोय. पण तुम्हाला मी डॉक्टर सप्तर्षींचा बदललेला नंबर सांगतो. लिहून घ्या.''

फोन खाली ठेवीत टीटी म्हणाला,

''त्या बिचाऱ्यावर चिडण्यात काय मतलब ? हवा तो नंबर मिळाला नाही की, फोन करणारा आपल्यापेक्षा जास्त परेशान झालेला असतो. एक तर त्याचे पैसे जातात. त्यात आपण खेकसल्याच्या यातना.''

तर असा हा एक मूर्ख माणूस. या युगात न शोभणारा.

काही ना काही स्वत:ला पेलतील अशी माणुसकीची मूल्यं जपणारा.

टीटीचे हे मूर्खपण तुम्हाला जर आवडले असेल तर, त्याची ओळख करून घेणार का ? फोन नंबर सांगू ?

नकोच. पण समजा रॉंग नंबर लागला तर ? तर सगळेच काही टीटीसारखे नसतात.

पैसे जातात. आणि एखाद्या अज्ञात माणसाच्या अकारण शिव्या खाव्या लागतात.

✿✿

अशोक

प्रिय अशोक,
प्रत्येक कलावंताचा नित्य, कसला ना कसला शोध चालू असतो. तो शोध असतो नव्या जाणिवांचा. नव्या आनंदाचा. कलावंताचं आकाश केवळ दहा दिशांच्याच मर्यादेत बांधून घ्यायला तयार नसतं. आकाश हा शब्दही चुकलाच. विश्व हाच शब्द जास्त योग्य वाटतो. तशा नव्या दिशेचा शोध कधी, कसा, कुठं लागेल, याचा पत्ता ज्याला त्याला नसणं अपरिहार्य आहे. अनेक वर्षं साधना करणाऱ्या

साधकालाही साक्षात्काराचा क्षण त्याच्यापासून किती अंतरावर असेल हे सांगता येणार नाही.
म्हणूनच, 'नागपुरी' पाऊल टाकताना या नव्या दिशेचा मलाही पत्ता नव्हता.
'नागपूर' या शब्दाशी आमचं नातं जुळावं ते कसं ? तर अन्न, वस्त्र, निवारा या माणसाच्या प्राथमिक गरजा. यांपैकी दुसऱ्या गरजेपोटी 'नागपूर'चं नाव कानावर पडलेलं. माझी आई फक्त नागपुरी पातळं वापरते - लांब, रुंद, पक्का रंग, स्वस्त. म्हणून बालवयापासून नागपूरचं कुतूहल. घरची परिस्थिती बेतासबात. त्यामुळे नागपुरी संत्री आमच्यापासून बऱ्याच अंतरावर होती.
त्यानंतर नागपूरचं वैशिष्ट्य ऐकलं ते तिथल्या प्रेक्षकांबद्दल. चिंतामणराव कोल्हटकरांनी नागपुरी प्रेक्षकांचं दर्शन घडवलं 'बहुरूपी' पुस्तकातून.
तेव्हापासून नागपूरला कथाकथन व्हायला हवं ही इच्छा. तो योग आला आणि अचानक एका नव्या आनंदाच्या दिशेचा शोध लागला. खऱ्याखुऱ्या आनंदाचा शोध. तो आनंद देणाऱ्या माणसाचं नावच जिथं अशोक...
जादू या विषयाकडे मी तसं आजवर फार कुतुहलानं पाह्यलं नाही. तसं म्हणाल तर, श्यामची आई पुस्तक वाचताना गहिवरून जायचं जे वय असतं, तेच वय संतपट पाहून आल्यावर पूजेला लागायचं असतं आणि तेच वय जादूकडे वळण्याचं असतं.
म्हणाल तर प्रत्येकाच्या मनात एक जादूगार वावरत असतो. तो जादूगार न सुटणारी गणितं सोडवतो. परीक्षेचा पेपर आधल्या रात्री वाचून दाखवतो. मे महिन्याची सुट्टी लवकर संपू देत नाही.
असाच एक जादूगार माझ्याही मनात होता. पण वाढत्या वयाबरोबर ज्याची कष्टावर अविरत श्रद्धा आहे, तोच माणूस कोणतीही जादू घडवून आणतो हे समजायला लागलं आणि त्याहीपेक्षा गंमत म्हणजे, मी कार्पोरेशनमध्ये नोकरी धरली त्या दिवसापासून तर, सर्वत्र जादूगारांचाच सुळसुळाट झालाय हे ध्यानात आलं. होत्याचं नव्हतं आणि नव्हत्याचं होतं करणारे एकशेचाळीस जादूगार तर, कार्पोरेशनच्या हॉलमध्येच भेटले. सचिवालयात तर, ती सहा मजली इमारत म्हणजे...
जादूगाराची पोतडी असा वाक्प्रचार कधीच मागं पडला. आता जादूगाराच्या अख्ख्या इमारतीच्या इमारती असतात हे पाह्यल्यावर, मुद्दाम जादूचे प्रयोग किंवा एखादा जादूगार प्रत्यक्ष बघावा असं कधी वाटलंच नाही.
पण अचानक तुमच्या सौभाग्यवतींची भेट झाली. तुमच्यातील जादूच्या कलेची तारीफ करताना त्यांचा आवाज भरून आला आणि तुमचा परिचय होण्यापूर्वीच मी तुम्हाला मानायला लागलो. अत्यंत खुल्या मनानं, तुमच्यातल्या कलावंताची

स्तुती प्रत्यक्ष तुमची बायको करत आहे हे पाहूनच, तुमच्या कलेचा साक्षात्कार मला झाला. हीच पहिली जादू.

त्यानंतर तुम्ही भेटायला आलात. गप्पा मारता मारता तुम्ही हातातला एक रुपया नाहीसा करून दाखवलात. मी थक्क झालो. तसं म्हणाल तर, भारत सरकारनं नाना मार्गांनी माझे कितीतरी रुपये हा हा म्हणता नाहीसे केलेले आहेत. उरलेले आमच्या स्वयंपाकघरानं पळवलेले आहेत. पण माझ्या देखत हातातल्या हातात रुपया नाहीसा करणं आणि त्यानं मला राग न येता, खेद न वाटता केवळ आनंद वाटणं, हा आयुष्यातला एक नवा आनंद होता; एक नवी दिशा सापडली होती.

आणि मग तुमचा छंद जडला. भारावलेल्या मन:स्थितीतच तुमच्या वास्तूत प्रवेश केला आणि त्याच मन:स्थितीत मी तुमचा निरोपही घेतला.

तुमचं वैशिष्ट्य आणि सामर्थ्य कशात आहे ? तर एका शब्दात मी सांगेन, 'साधेपणात.' 'जादू' म्हणत म्हणत तुम्ही काहीतरी अवाढव्य, क्वचित थरकाप उडवणारं, जगड्व्याळ असं काही विश्व समोर उभं केलं असतंत, तर मी 'थक्क' जरूर झालो असतो; 'अवस्थ' झालोच असतो असं नाही. मी अवस्थ झालो, तो त्यातल्या 'साधेपणानं.' तुमच्या सर्व कलाकृतींमधे साधेपणा होता म्हणूनच आपला संवाद जुळला. 'थक्क' करणारा माणूस, सामान्य पातळीपेक्षा वरच्या पायरीवर राहतो. तो 'मोठा' वाटतो, 'जवळचा' वाटत नाही. तुम्ही जवळचे वाटलात, तुम्ही कलाकृतीच्या माध्यमांतून माणसं जोडीत आहात. तुमच्या माझ्यातला समान दुवा तो हाच. ओपन कार्डस् हेच आपलं ट्रम्फकार्ड. तुमच्या हातांतल्या पत्त्यांचा हेवा वाटला. आपण चांगल्या हातांत पडलो. त्या बाबतीत आपला पत्ता चुकला नाही असं बावन्नच्या बावन्न पत्त्यांना वाटत असेल. एक्का ते राजा असे जरी वेगवेगळे छाप त्या तुकड्यांवर असले तरी ते सगळे तुमचे 'गुलामच' आहेत. हस्तस्पर्शातील जादू त्या पत्त्यांना समजते, म्हणून ते खुशीनं गुलाम झालेत. आणि एक पहिला पत्ता हरवलेली, नव्हे, खुशीनं विसरलेली पत्त्यांतील राणी, तुमच्या संसाराचीच राणी झालेली आहे. मी तुम्हाला तुमचा पत्ता हरवू देत नाही.

तुमच्या माझ्यात फरक काय ? तर आमच्या सगळ्या 'हुकमी एक्क्यांचे' पत्ते कधीच हरवलेले आहेत. आणि तुम्हाला मिळणारा प्रत्येक पत्ता 'हुकमी' आहे. बालपणी तुम्हाला घराचा पत्ता, सावत्र आईपायी कायमचा विसरावा लागला. स्वत:च्या मालकीचा पत्ता एकदा कायमचा हरवला की, उरलेला प्रवास 'C/o'च्या पत्त्यावरच करावा लागतो. पण अशोक, असे पत्ते तुम्ही गावोगावी निर्माण केलेत. प्रत्येक पत्त्यावर एकेक 'घर' मिळवलंत. ही जादू सामान्य

समजायची का ?

तुम्ही प्रत्येक पत्त्यावर एकेक घर मिळवलंत इतकंच नव्हे तर, माझ्यासारख्या एका माणूसवेड्या माणसाला, एका नव्या घराचा पत्ता दिलात. आनंदाच्या दिशेचा नवा लाभ घडवलात त्याबद्दल तुमचे आभार किती मानू ? कसे मानू ? तुमच्या छोट्या वास्तूतील सर्व जादूगारांना माझा नमस्कार.

तुमचा

व. पु. काळे

❀❀

भिडे, श्रीखंडे, मोघे इत्यादी माणसं
तुमच्याआमच्यातली.
जरा टाचा उंच करून हात वर केले की,
जी फुलं आपल्या हाताला येतात,
ती फुलं जवळची वाटतात.
डोळे फिरवून टाकणाऱ्या उंचीवरची फुलं
आवडतात;
पण तिथवरचं अंतर अपण कधीच कापू
शकणार नाही...
या खुजेपणाची जाणीवही उंचावरची फुलं जागी
करतात.
पूज्य बाबा आमटे, जयंतराव नारळीकर,
दुर्गाबाई भागवत यांच्यासारखी मंडळी आदरणीय
आहेत.
हे कोण नाकारील ?
वंदन करून तिथं खालीच बसायचं,
तिथवर कोण पोहोचणार ?
पण थोड्या प्रयत्नानं आपण भिडे होऊ शकतो
किंवा जिथं तार जुळली असेल तिथवर जाऊ
शकतो.

'चिअर्स'चं लेखन त्याच दृष्टिकोनातून.

झोपाळा

वपु काळे

मनाच्या विविध रंगछटांचं दर्शन वपुंच्या या पुस्तकातून घडतं.
यातल्या प्रत्येक कथेतला वेदनेचा अंतःस्त्रोत
वाचकांना वेढून टाकतो.
या वेदनेसह जगणाऱ्या मनस्वी व्यक्तींच्या मनस्वी कथा आपल्याला
अंतर्मुख करतात.
स्वतःचा शोध घ्यायला भाग पाडतात.
या कथांमधील माणसांचे स्वभाव, त्यांची सुखदुःखे,
त्यांच्या समस्या, त्यांची स्वप्ने ही आपल्या आजूबाजूलाच
आढळणारी आहेत. त्यांच्या आयुष्यात घडणारे प्रसंग
आपल्या आयुष्यात कधीतरी घडलेले असतात किंवा
इतरांच्या आयुष्यात त्याचे प्रतिबिंब बघितलेले असते
आणि म्हणून ती माणसे आपली वाटतात.
छोट्याशा कथाबीजाचे फुलवत फुलवत भावस्पर्शी कथेत
रूपांतर करण्याचे वपुंचे कसब व सामर्थ्य,
साध्या सोप्या संवादातून जीवनाचे एखादे तत्त्वज्ञान सांगण्याची
त्यांची हातोटी, जीवनाकडे पाहण्याचा सकारात्मक दृष्टिकोन
आपल्याला वेगळेच बळ देतो.

गुलमोहर

वपु काळे

गुलमोहराचं झाड केव्हाही छान दिसतं. निळ्या-निळ्या आकाशाच्या पार्श्वभूमीवर ते जेवढ्या डौलानं शेंडे वर करून डुलतं. तेवढ्याच श्रीमंतीनं काळ्याभोर पावसाळी ढगांवरसुद्धा वैभवशाली दिसतं, भव्य वाटतं. पण दिवाकरपंतांना गुलमोहराचं झाड आता बघवेना. तो त्यांना पराभव होता. भंग पावलेलं स्वप्न होतं. लाकूडतोड्या झाडावर सरड्याप्रमाणे चढला. वरच्या फांदीवर पहिली कुऱ्हाड बसली आणि त्या पहिल्या घावानं दिवाकरपंतांच्या अख्ख्या भूतकाळातील आठवणींवर तडाखा हाणला. दुसऱ्या घावासरशी त्यांचा भविष्यकाळ नष्ट केला. तिसरा घाव बसला आणि दिवाकरपंतांना प्लॉटचा वर्षवाढदिवस आठवला. घावा-घावागणिक आठवणींचा मोहर झोडपला जात होता. खाली पडणाऱ्या फांद्या चुकवीत दिवाकरपंत तांबडी फुलं भराभर वेचत होते. घावावर घाव बसत होते. झाडाची उंची कमी होत होती, दिवाकरपंतांचं स्वप्नही लहान-लहान होत होतं.